SAHITYOPANYASAMULU

DEVULAPALLI RAMANUJA RAO

ప్రకాశకుల విజ్ఞప్తి

1961 జూన్ నెలలో శ్రీ వెంకటేశ్వర విశ్వవిద్యాలయ ఆవరణయందు ఆంధ్ర ప్రదేశ్ సాహిత్య అకాడమి జనరల్ కౌన్సిల్ సమావేశాలు జరిగినవి ఆ సందర్భమున రెండు రోజులు సాహిత్య కార్యక్రమాలు నిర్వహించనైనది ఈ కార్య క్రమాలలో చేసిన ప్రసంగాలు యీ పుస్తకరూపమున ఆంధ్ర మహాజనులకు అందించుచున్నాము. ప్రతి పర్యాయము సాహిత్య అకాడమి సభల సందర్భమున చేయు సారస్వతోపన్యాసాలను యీ విధముగా అచ్చువేయ వలెనని అకాడమి నిశ్చయించినది ఈ ఉద్దేశముతో ప్రకటించిన ప్రధమ సంపుటము యిది

తిరుపతిలో జరిగిన సభల సందర్భమున అకాడమి ప్రచురణలైన నన్నయ పదప్రయోగకోశము, పదబంధ పారిజాతము (ద్వితీయ సంపుటము) ఆవిష్కృతములైనవి. ఈ ఆవిష్కరణ సభలలో యీ రెండు సంపుటాలకు సంబంధించిన ప్రత్యేక ఉపన్యాసాలు యేర్పాటు చేయబడినవి. ఆ ఉపన్యాసాలు యీ సంపుటములో ప్రచురితమైనవి. ఆనాటి సభలకు డాక్టర్ బెజవాడ గోపాలరెడ్డిగారు అధ్యక్షత వహించగా, అప్పటి ఆంధ్ర ప్రదేశ్ ముఖ్యమంత్రి శ్రీ దామోదరం సంజీవయ్యగారు సంపుటాలను ఆవిష్కరించి యుండిరి. మేము కోరిన వెంటనే మా ఆహ్వానమును అంగీకరించి యీ ప్రసంగాలను గావించిన పండితులు శ్రీ దువ్వూరి వేంకటరమణశాస్త్రి, శ్రీ భూపతి లక్ష్మినారాయణ, శ్రీ గిడుగు సీతాపతి, శ్రీ తాపీ ధర్మారావుగార్లకు కృతజ్ఞతాపూర్వక వందనములు

హైదరాబాదు
26-3-1962

దేవులపల్లి రామానుజరావు
కార్యదర్శి
ఆంధ్రప్రదేశ్ సాహిత్య అకాడమి

విషయ సూచిక

నన్నయ భాష

—శ్రీ దువ్వూరి వెంకటరమణశాస్త్రి

ఆంధ్రభాషా స్రవంతికి ఆనకట్టయై నిలిచి, పంచమవేద మనఁబరఁగిన మహాభారతమును ఆంధ్రవాణీరూపమున నవతరింపఁజేసి, తెనుఁగుల పాలిటి పుణ్యమూర్తియై నన్నయ భట్టారకుఁడు ఆదికవియై పండించిన 'ఆది దొడంగి మూఁడు కృతులును' సుమారు వేయి వసంతములనుండి ఆంధ్రుల నిరంతర పఠనపాఠనములఁ బ్రవర్తిల్లుచు అక్షరాస్యులకెల్ల నానందము గొలుపుచు, అసాధారణముగ వన్నెకెక్కినవి.

ఆ మహనీయుని సంకల్పబలమో - ఆతనిఁ బ్రోత్సహించిన రాజేంద్రుని ప్రేరణశక్తియో - ఆ కాలపుఁబ్రజల యామోదవిలసనమో - ఆంధ్రుల శాశ్వతిక భాగ్యవిలాసమో - లేక యీ యన్నింటి సమాహారఫలమో యిది యని చెప్పలేముగాని, ఆ మహామహుఁడు ఆ రమణీయ కృతికి ఆకృతి యొసంగినదాది నేఁటిదాఁక నమ్మహాగ్రంథము ఆంధ్రమున నద్వితీయమై యలరారుచున్నది.

అది యితిహాసము నగును - పురాణమును గావచ్చును. కావ్యము నయినది - ప్రబంధత్వమును బొందినది - తుదికి లక్షణ గ్రంథము నయినది. అది యిది యననేల! ఆ గ్రంథము సకల విషయ సంభరితమై యానాఁటి యాంధ్ర సంస్కృతినంతను అక్షరరూపమున సంతరించుకొని పదునొకొండవ శతాబ్దిని రూపొందిన 'ఆంధ్ర విజ్ఞాన సర్వస్వము' అని చెప్పికొన్నను అత్యుక్తికి పాల్పడము.—

కావుననే ఆ విద్యాయితుని రచన యందలి కవితాపదార్థమున కంగభూతములగు నక్షరరమ్యత - అర్థప్రసన్నత - కధాకధన కుశలత - పాత్రచిత్రణ నిపుణత, మున్నగు విషయములను గూర్చి - అంతర్వాణు లనేకులు

బహుముఖములఁ దమదమ యభిప్రాయములను వ్యాసరూపమునను గ్రంథ రూపమునను వెలార్చియుండిరి. వెలార్చుచు నున్నారు.

ఇఁక దాని శాబ్దిక రూపమును గూర్చియు దాని యంగోపాంగములగు ప్రయోగ విశేషముల నుద్దేశించియుఁ, గొంత పరిశోధన మింతదనుక జరిగి నందులకు సంతసమేగాని యింకను వానిని గూర్చి జరుగవలసిన పరిశీలన మెంతయేని గలదు.

ఆ కొఱంత వారింపఁ బూని ప్రభుతావలంబనమును ప్రజాసక్తిని ఊఁతగాఁగొని 'ఆంధ్రప్రదేశ సాహిత్య ఎకాడెమీ'వారు 'నన్నయ పదప్రయోగ కోశము'ను భాషాప్రియుల బహుముఖ పరిశ్రమచే రచింపఁజేసి తదావిష్కరణ సందర్భమున 'నన్నయ భాష'ను గూర్చి సంక్షిప్తముగాఁ బ్రసంగించునట్లు నన్నాదేశించిరి.

అత్యావశ్యక విపుల విషయములను అల్పకాలమునకు సంక్షేపించుట లోని భారము నెఱుంగకకాదు. ఇప్పటికి నాకుఁ దెలిసిన యంశములకన్న తెలియనివే పెక్కులని యెఱుంగకయుఁగాదు. మఱి, ఆదికవియగు నన్నయ భట్టారకు నందలి భక్తియు ఆదిమ గ్రంథమగు ఆంధ్ర మహాభారతము నందలి యభిమానమును, భాషా ప్రసంగము లందలి ఆసక్తియు, ప్రేరకములుకాఁగా, ఉత్సాహ మాత్రము నూఁతగాఁగొని యీ పనికిఁ బూనుకొంటిని. ఈ సాహస మునకు పెద్దలు దయతో నన్ను మన్నింతురు గాక.

నన్నయ భాషనుగూర్చి ప్రసంగించుటకు ముందు రెండు మాటలు:- మొదటిది; భారత భాషా స్వరూపమును గూర్చి ఇదమిత్థమని సులభముగఁ జూపి చెప్పుటకుఁ దగిన యాధారము లేవియు నింతవఱకు బయలు వెడలి యుండలేదు.

రెండవది:- నేఁడు మన కుపలభ్యమానమగు ముద్రిత గ్రంథములు, ఏ యొండురెండు తాళపత్ర ప్రతులనో యాధారము చేసికొని వెలువడిన వగుటచే అవి నిర్దుష్టములు, నిష్కృష్టములును గాకున్నవి.

కాఁగా దేశమునందలి తాళపత్ర ప్రతులన్నిటిని సేకరించి వాని సంవాదమున సమగ్రమును విష్కృష్టమును నగు ఒక భారత రూపమును వెలువరించినంగాని నన్నయ భాష యిది యని నిర్ధారణచేసి చెప్పుటకు వలను పడదు.

ఆ కార్యభారమును భవిష్యత్కాలమునకును, భావిభాషాప్రణయులకును విడిచిపైచి ఇప్పటి కుపలబ్ధములగు ముద్రిత ప్రతుల యాధారముతో కొంతలోఁ గొంత నన్నయ భాషా స్వరూపమును గూర్చి స్థాలీపులాకముగాఁ బ్రసంగింతును.

వేయి వత్సరముల ముందు శాసనములందును జనవ్యవహారమందును, పాటలందును, పదములందును, ప్రవేశము నందియున్న యాంధ్రవాణిని గ్రంధోపయుక్తముగా సంస్కరించుకొని నన్నయ తన భారత భాగమును సంతరించినట్లు పరిశోధకు లెల్లరును నామోదించిన విషయమే.

ఆ సంస్కార రూపమే ఆంధ్రశబ్ద చింతామణి యను లక్షణ గ్రంథము. దానికి లక్ష్యప్రాయమే యీ భారతము. అని పెద్దలు పలువుర యభిప్రాయము.

అనాఁటి శాసనము లందలి భాషను ముందిడికొని లక్షణమగు నాంధ్ర శబ్ద చింతామణిని, లక్ష్యమగు నాంధ్రభారతమును జాగరూకతతో నిదానముగాఁ బరిశీలించినచో అస్తవ్యస్తముగా నుండిన యానాఁటి భాషను గ్రంథరచనోపయుక్తముగాఁ జేయుటకు నన్నయ యెంత పరిశ్రమ చేసెనో ! అని యచ్చెరువు గలుగక మానదు.

ఆ లక్ష్య లక్షణముల స్వరూప స్వభావములను సాకల్యముగ నిరూపించుటకు - ఇది సమయము కాదు.

ఇపుడు నన్నయభాష యందలి కొలఁది విశేషములను మాత్రము దిక్సూచిగా నిర్దేశింతును.

తత్సమ ప్రక్రియ:—

భట్టారకుని ప్రధానదృష్టి తత్సమ పదప్రకియా నిర్వహణము—

ఆ నాఁడును, అంతకుముందును శాసనములందు నుపయోగింపఁబడిన సంస్కృత పదములను కర్ణాటక వాఙ్మయమున మణిప్రవాళముగఁ గూర్పఁబడిన పదజాలమును తెనుఁగునందు నుపయోగింపనెంచి యతఁడా పదములను గ్రంథానుకూలములు గావించుకొని తన భారతమున బహుళముగాఁ బ్రయోగించినాఁడు.

కావుననే చింతామణి చాలవఱకు తత్సమప్రక్రియా ప్రధానమగుటయు, ఆతని భారత భాగమునందు సంస్కృత పదజాలము అధికముగాఁ జూపట్టుటయు సంభవించినది.

బహుళముగా తత్సమ శబ్దములను మాత్రము ప్రయోగించుటయ కాదు. కృతహస్తులు, కృతాంజలులు – కృతబుద్ధులు – కృతాస్త్రులు – మున్నగు కూర్పులలోని సంస్కృతపు నుడికారమును గూడ తెలుఁగు పలుకుబడితో మేళవింపఁ జేసినాఁడు.

అంతియగాక

"అభిమన్యుఁడు ధౌమ్యుతో వేదమంగయుతంబుగాఁ జదివె"

"అభిమన్యుఁడు ధనంజయుతో ధనుర్వేద మభ్యసించె"

మున్నగు వాక్యములలో సంస్కృత కారకచ్ఛాయలను సయితము ఆశ్రయించినాఁడు.

ఇఁక దీర్ఘ సంస్కృత సమాసముల మాట చెప్పనక్కఱయ లేదు.

మొత్తముపయిని క్లుప్తముగాఁ జెప్పవలయునన్నచో నన్నయ భారత భాగమున, తత్సమ పదజాలము మిక్కిలిగా కుదురుకొని నదనుట.

ఆ తత్సమములు, ఎంతవఱకు, ఏయే విధముల, నుపయోగింపఁబడినవి ? వాని స్వరూప విశేషము లెట్టివి ? మున్నగు వానింగూర్చి ప్రత్యేక పరిశోధనము జరుగవలసియున్నది.

దానికిని ఈ పరిషత్కార్యాలయమే ప్రధాన రంగమగుగాక.

ప్రస్తుతము తెనుఁగు పదము వాని ప్రయోగ విశిష్టత - మున్నగు వానిం గూర్చియు, నన్నయ భాషకును, నేఁటి మన భాషకును గల సంవాద విసంవాదములను గూర్చియు, ఇంచుక పరిశీలించుకొందము.

1. విభక్తులు; 2. సమాసములు; 3. అవ్యయములు; 4. క్రియా పదములు; 5. పలుకుబడులు; 6. విశేష్య విశేషణములు మున్నగువాని నుపయోగించుటలో నన్నయ భాషకును నేఁటి కవుల భాషకును కొంత వైలక్షణ్యము గోచరించును. ఆయా తావులందు ఆ ప్రయోగముల ప్రత్యేకతయు పొడగట్టుచుండును.

వానిలో మొదటిది :—

I. విభక్తి ప్రయోగ విలక్షణత:—

ఇంచుమించు సంస్కృతమునందు వలెనే తెనుఁగునను విభక్తి సప్తక విభాగమును తదర్థ నిర్దేశమును గావింపఁబడినవి. ఇందుఁ గొన్ని యెడల ఒక విభక్తికి వేఱొక విభక్తి వచ్చుటయు నచ్చుటచ్చుటఁ గాననగును. అది నన్నయ రచనమున, ఏయే రీతుల నున్నదో కొంత పరికింతము.

1. సుఖముతో నుండిరి. అనుటకు - సుఖంబుండిరి.

2. వేఁటకై వచ్చి - అనుటకు - వేఁటవచ్చి.

3. వనంబునం గ్రుమ్మరి యెడికాలంబునం దొక్క బ్రాహ్మణ మిథునంబు అనుటకు వనంబునం గ్రమ్మరి యెడి కాలం బొక్క బ్రాహ్మణ మిథునంబు—

ఇత్యాదిగా తృతీయా చతుర్థీ సప్తములకు ప్రథమ గానంబడును.

1. విలువిద్య కలిమిచే హీనుఁడయ్యెను. అనుటకు విలువిద్య కలిమిని హీనుఁడయ్యెను.

2. దవ్వులనుండి చూచి - అనుటకు - దవ్వులం జూచి.

3. నీకుఁ గలవుడును - అనుటకు - నిన్నుఁ గలవుడును.

4. కచుండు నేనియు రాఁడు = కచుఁడేమో రాఁడాయెను.

మఱియు

1. ఎందేని సర్వభూతేశుండు సృజియించె - ఎచ్చట సృజించెనో అచట.

2. ఎవ్వరేని వత్తురు వారు నిర్దగ్ధులై - ఎవరు వత్తురో వారు...

3. ఎయ్యేని నొక్క వేల్పు నారాధించి తవ్వేల్పు - ఏ వేల్పు నారాధింతువో ఆ వేల్పు.

మున్నగు తావులందు 'ఏని' అనునది యత్తదర్థక శబ్దముల సమన్వయమునకు మాత్రము ద్యోతకమై యుపయోగింపఁ బడుట సుస్పష్టము.

ఈ వాడుకలు నేఁటి వాక్యరచనా మార్గములకు దూరములు.

(3) 'కోలె', నాఁడు మొదలు, అది మొదలు, - అని మన మనుచోట నాఁడు గోలె - అది 'కోలె' అను నవ్యయము ప్రభృత్యర్థమునఁ బ్రయుక్తమగుచుండును.

(4) 'కా' - అను నవ్యయము అనేకార్థకము—

(1) అప్పలుకులు నిక్కవంబ కా వగచి = నిక్కవమని తలఁచి

సైన్యాపరాధంబున నయ్యెఁగావగచి = అయ్యెనని తలంచి—

తనకమ్మనుజేశ్వరుండు అపాయంబు సేయుంగావగచి = చేయునని తలంచి మున్నగు చోట్ల ఇత్యర్థకము. (ఇతి)

ఏమొగాని, - ఈ యర్థమున దీనికిఁ బరముగా వగచు ధాతువునే నియతముగాఁ బ్రయోగించినట్లు కానంబడును.

వరుణుండ కా వగచి

ఎప్పటియట్ల కా వగచి

అతిభక్తులై యతియ కా వగచి—

దగ్ధుండయ్యెన కా వగచి

బలియ కా వగచి

స్థలంబుగా వగచి - జలాశయంబుగా వగచి
వివృతంబుగా వగచి - సంవృతంబుగా వగచి—
ఇత్యాదులు పెక్కులు - కాలక్రమమున ఈ వాడుక మాఱినది.

(2) దీనికి 'కదా' అను నింకొక యర్థము గలదు.

1. పాండవులు సమయాతిక్రమము సేయ సమకట్టరుగా=సమకట్టరు గదా? ఇట 'సమకట్టరు' అను నిశ్చయార్థము కాదు. ప్రశ్నార్థము.

(2) చోరులు రక్షింపరుగా వారలచే ధనముగొని భవద్భృత్యవరుల్ రక్షింపరుగదా? ఇటఁ గూడ 'రక్షింపరు' అను నిశ్చయార్థము కాదు. ప్రశ్నార్థము.

ఆ రక్షించుట మున్నగు క్రియలు అనభిమతము లయినపుడే యిట్టి ప్రశ్నార్థకముల కూర్పు ఏర్పడును.

రానురాను భిన్నభిన్న సన్నివేశములందు 'కదా' అను నర్థమున 'కా' శబ్దము ప్రయుక్తమయినది.

వినవుగా! కలయొక్కటి గంటి వేఁకువన్—
పిలిచినను కోపముచే పలుకవుగా
నా తండ్రిగా - నా బంగారుగా
తలుపు తెఱచి చూతునుగా (అం దావస్తు వగపడదు).

ఇట్టి సన్నివేశములు నన్నయ భాగమున నున్నట్లు తోఁపదు. అన్వేషింప వలయును.

(5) 'కాక'=కాని.

'కన్నులు లేవనుటంతె గాక యుత్తముఁడు గాఁడె'.

ఇట్టి యెడ 'కాని' అనియే మన ప్రయోగము.

IV. క్రియాపద విశేషములు:—

(1) ఉండునే - చనునే - దొరకొనునే - అని నేఁడు మనము వ్యవహరించు క్రియా రూపములు; - ఉన్నే - చన్నే - దొరకొన్నే అనురీతిని నన్నయ భాషలోఁ జూపట్టును.

"పరిపూర్ణములై కరమొప్పు చున్నె చెఱువులు"

"మునీంద్ర నీకుఁ బన్నె నలినాక్షులందు మదినిల్పఁగ"

అహితముఁగా భయముఁగా దొరకొన్నె నాకు నా పుత్రులకుఁగా—

(2) విధ్యర్థక క్రియలు తచ్ఛబ్దాంతములయి తఱుచు ప్రయుక్తములగును.

ప్రీతి సేయునది = చేయవలయును

తడుపుచుండునది = తడపుచుండవలయును. ఇత్యాదులు.

(3) కొన్ని ధాతువుల ప్రయోగమున విలక్షణత గలదు.

పయనమగు - అనుటకు - పయనము వోవు - అని యున్నది.

(4) రెండు ధాతువుల కొక్కటే పద్వానుబంధము చూపట్టును.

వినఁబడవు, చూడఁబడవు - అనుటకు

"వినఁగఁ జూడఁబడ వెవ్వరికిన్."

(5) అనుధాతు వ్యతిరేకములగు అనక, అనరు - అను వానికి మాఱుగా నాక - నారు - అను రూపములు తఱుచు ప్రయుక్తములయినవి.

ఉదా:—"కొడుకు పల్కు విని కూడదు నాక

"బంధు జనులేమి నారె"

(6) నా యజ్ఞానంబు క్షమియింప వలయును - అనుటకు

'నా యజ్ఞానము సహింపవలయును.'

ఏల మేల్కొలిపితయ్య - అనుటకు - 'ఏల బోధించితయ్య', ఫలము లనుభవించి - అనుటకు - 'ఫలములు భోగించి' మున్నగు రీతిని ధాతువుల వాడుకలో నించుక భేదము గోచరించును.

ఇంతియగాక నన్నయ వ్యవహరించిన 'చూవె', అట్టేఁడు - అట్టిరు - తొట్టి - మున్నగు కొన్ని శబ్ద రూపములు నేఁటి వ్యవహారమునకు దూరము లయినవి.

మఱియు, రేపు = ప్రాతఃకాలము

విచారించు = ఆలోచించు

మర్యాద = హద్దు - ఈ యర్థములు కాలక్రమమున మార్పునంది, మఱునాఁడు దుఃఖించు, గౌరవము అను నర్థములందు పయిశబ్దములు రూఢములైనవి.

V. నన్నయ నాఁటి కొన్ని పలుకుబడులు:—

పదముల శక్తి అనంతము - అపూర్వమును.

వాని పరస్పర సంయోజనమును, అర్థస్ఫూర్తియు దేశకాలములను బట్టి భిన్నభిన్నములగు చుండును.

నిన్నటి పలుకుబడి నేఁటికిని - నేఁటిది రేపటికిని వినూత్నమై కవుల వ్యవహారమున వేర్వేఱు రూపములలో అర్థపరిణామమును బొందుచుండును. కాఁగా సుమారు వేయి వత్సరములకుఁ బూర్వము నన్నయ భాషలోని పలుకు బడికిని నేఁటి మన పలుకుబడికిని వ్యత్యాసముండుట వింతగాదు మచ్చునకు;—

కన్నువొంది - అనఁగా నిద్రించి —

అదియ తక్కియున్నది - అనఁగా - అదే మిగిలియున్నది.

మేయాడక నిద్రవోయె - అనఁగా - ఒడలు తెలియక నిద్రవోయె.

పాయ మొగమిడి - అనఁగా - ప్రక్కకు మొగము త్రిప్పుకొని.

చక్కనయ్యెను - అనఁగా - సిద్ధమయ్యెను.

పెద్దకాలము, పెద్దయుం బ్రొద్దు - అనఁగా - చాల కాలము.

శాపదినంబులు వోవు దెంచె - అనఁగా - గతించెను.

ఓడ సల్పుచు - అనగా - ఓడనడపుచు - మున్నగునవి.

VI. విశేష్య విశేషణములు:-

సంస్కృత వాఙ్మయమున, అందును వ్యాస వాల్మీకుల రచనలయందు విశేష్య విశేషణముల ప్రయోగసరణి వివిధమయి వింతగొలుపు చుండును.

నన్నయ ఆ గ్రంధములు పలుమాఱు తిలకించి యందలి ప్రయోగ రీతులను జీర్ణించుకొనిన వాఁడగుటచేఁ గాఁబోలును, ఈతని రచనమునను ఆ వైవిధ్యము గోచరించును.

ముందు విశేషణములను, పిమ్మట విశేష్యమును ప్రయోగించుట మన యిప్పటి వాడుక – నన్నయ రచనలో ఆ విధముగనేగాక మఱికొన్ని రీతు లుండును.

(1) ముందు విశేష్యము – ఆ వెనుక నొక్క విశేషణము.

"నిషాదులన్ పురుషాదుల......"

(2) ఇంకొకరీతి – మొదట నొక్క విశేష్యము – వెనువెంట రెండు మూఁడు విశేషణములు.

"గాదిలి కూఁతులఁగవలవారలఁ గాంతిమతుల ......"

"తనయుని నభినవ యౌవను, ననుపము, నభిషిక్తుఁజేసి"

(3) మఱొక పద్ధతి;–మధ్యవిశేష్యము, ముందువెనుకల విశేషణములు :

"అలఘుఁడు, ధృతరాష్ట్రుఁడు, కులతిలకుఁడు, –
వీడుఁడు, పాండుమహీపతి, భూరిభుజుఁడు,"

4. వేఱొక మార్గము.–

విశేషణముతో మొదలిడి, పిదప విశేష్యమును బ్రయోగించియు, మరల నితర పదవ్యవధానముతో మఱికొన్ని విశేషణములు కూర్చుట.

"సద్వినుత చరిత్రుండు భరద్వాజుఁడన్ మునీశ్వరప్రవరుఁడు
గంగాద్వారమునఁ దపంబు జగద్వంద్యుఁడు సేయుచుండె"

విశేష్య విశేషణ పౌర్వాపర్యమున నిట్టి వైవిధ్యము కాననగును – ఈ సందర్భమున, ఒక్కమాట;–

నన్నయార్యుని మార్గములు చిన్నయసూరి తలలో ఎంత క్షుణ్ణము లయినవోగాని యీతఁడును తన సూత్రములలో—

"అమహన్నపుంసకములకు అదంతములకు మువర్ణకంబగు"
"అకారంబునకు ఆమ్రేడితంబునకుꣳ తదర్ధకంబునకు
అయి ఆయి యను శబ్దంబులు విభాషనగు''

మున్నగు తావులందు వాగనుశాసనుల వచన రచనారీతి ననుకరించుటకు ముచ్చట పడినట్లు తోఁచుచుండును.

పరిశీలించిన కొలఁది నిట్టి విశేషములు విలక్షణములు నింకను నెన్నియో నన్నయ రచనయందుఁ జూపట్టును. వాని నన్నిటిని సమగ్రముగఁ బరిశీలించి నన్నయ భాషా స్వరూపమును గూర్చి విపులమును సంపూర్ణమును నగు నొక గ్రంధమును భాషావిదులు సంతరించుట మిక్కిలి యావశ్యకము; అభిలషణీయము.

అట్టి పరిశోధనములకు, ఇచట, ఈనాఁడావిష్కరింపఁ బడుచున్న యీ "నన్నయ పదప్రయోగ కోశము'' మిక్కిలి యుపకరించు ననుటలో ఇంచుకయు సందియము లేదు.

నన్నయార్యుఁడు మొత్తమేపాటి పదజాలమును గూర్చుకొని భారత రచనము సాగించెను?

ఏ యే శబ్దములను నెన్నెన్ని రూపములతో నే యే తావులఁ బ్రయోగించెను ?

ఏ శబ్దమునకు, ఆనాఁడెంతటి ప్రచారము గలదు?

ఆనాఁటి కొన్ని శబ్దములకు నేఁడు రూపమునందును అర్ధము నందును నెట్టి మార్పులు గలిగినవి ?

ఆ మార్పులకు హేతువు లేమయియుండును?

ఆనాఁడు ప్రసిద్ధములయ్యు నేఁటికి మఱుఁగుపడిన శబ్దము లెవ్వి ?

ఏల మఱుఁగు పడినవో!

మున్నగు శంకలు భాషాస్వరూప జిజ్ఞాసువులకు నేఁడు కలుగవలసినవి కలుగుచున్నవియు ననేకములు గలవు.

ఇట్టి శంకలు తీఱవలయునన్నచో - ఒక్కొక్క యంశమునకయి - ఒక్కొక దృష్టితో - ఒక్కొక మాఱుగా - పెక్కు పర్యాయములు - భారత ప్రయోగరీతి నాకళించుకొన వలసియుండును. అది చిరకాలము, ఇతర వ్యావృత్తి విరహితముగా బహుపరిశ్రమ చేసినంగాని సుకరముగ ఎవ్వరికిని సాధ్యపడునదికాదు.

ఈ పదకోశము ప్రచారము నందిన వెనుక; పయిని నిరూపించిన పరిశీలన కార్యమునకు సౌకర్యమేర్పడి దీనివలని ప్రయోజనములు పెక్కులు గోచరింపఁగలవు. పలువురకుఁ బలువిధముల నియ్యది ఉపకరింపను గలదు.

ఈ కోశము నేఁటి దనుకఁ దెరమాటున నుండుటచే చూడఁ దటస్థింప కున్నను దానినుండి యల్పాల్పముగ నా వినికిడి కందిన కొలఁది విశేషముల నిట దిఙ్మాత్రముగ సూచింతును.

(1) 'అమ్మ' అను శబ్దము మాతృవాచకముగ నన్నయ భారతమునఁ గానరాదు. "కరుణ గలుగు మమ్మ" "వినవమ్మ తృణముష్టి గొని వాఁడు వీచుడున్"—అని పూజార్థకముగ రెండు తావుల మాత్రము కాననగును.

గ్రంథమంతటను, అనఁగా సుమారు డెబ్బది తావులందు 'తల్లి' శబ్దమే ప్రయుక్తమయినది. ఇది కొలఁది చోటులందు పూజార్థకము. పెక్కు తావులందు మాతృవాచకము.

'తల్లి' యెడ నింతటి తాత్పర్యముగల భట్టారకులకు 'అమ్మ' యెడ, అంత యనాదరమేల కలిగెనో' విచారింపవలయును.

(2) అమ్ము - విక్రయించు - అను శబ్దములే కానరావు.

(3) 'కొను' ధాతువు గ్రహించు, స్వీకరించు-అను సాధారణార్థమున వ్యవహరింపఁబడినది. కాలక్రమమున ధనమిచ్చి స్వీకరించు అను విశేషార్థ మున నేఁటికి రూఢమయినది.

(4) సోదరీవాచకమును గొన్ని మండలములఁ బితృవాచకమునగు 'అప్ప' శబ్దము నన్నయ భాగమున లేనేలేదు.

'అక్క' ఒక్కచో మాత్రము చూపట్టును. అదియును సహోదరి కాదు. సవతి.

"ఏ కన్నులన్ జూచితే ! యక్క ! యెక్కడిదినల్ల".
అని వినత కలుపుగోలుదనముతో సవతియగు కద్రువను సంబోధించినది.

(5) ఈనాఁడు మనమెల్లరము బహుళముగా నుపయోగించు 'ఊరక' అను శబ్దమును నన్నయ యొక్కచో నయినఁ బ్రయోగింపలేదు.

ఈ యర్థమును బోధించుటకు 'మిన్నక' అను శబ్దమునే యెల్లయెడల అనఁగాఁ బదునాఱు తావులఁ బ్రయోగించెను.

(6) 'కంపు' అను శబ్దమును నేఁడు ప్రయోగించితిమేని భరింపరాని దుర్గంధము బయలు వెడలును.

అతని కరతలద్వయామర్దితంబులై
కందియును మహా సుగంధ కుసుమ
తతులు తొంటియట్లు తమ కంపు విడువక
యుండు నతని తేజమున్నతంబు. (3-2-197)

అని, ఆ 'కంపు' శబ్దమే భట్టారక ప్రయుక్తమై పరిమళమును వెదఁజల్లినది.
ఆరయ కొలఁది నిట్టివింతలు విశేషములుగల ప్రయోగము లెన్నిటినో యీ 'నన్నయ పదప్రయోగ కోశము' వలన అశ్రమముగా గ్రహింపననువు పడును.

భాషాప్రియుల పరిశ్రమచే పరిషద్ద్వారమున వెలువడిన యీ పద కోశమును బునాదిగా నుపయోగించుకొనుచు, అవసరము వెంబడిని మార్పులు చేర్పులు చేసికొనుచు, ఇది యాధారముగా భాషావినోదులు నూతన సౌధముల నిర్మింతురు గాక. ఆ కృషికిని ఈ పరిషత్తువారే యాలంబ మొసంగి ప్రోత్స హింతురుగాక.

న న్న య క వి త్వ ము

— శ్రీ భూపతి లక్ష్మీనారాయణరావు.

నన్నయ కవిత్వము

— భూపతి లక్ష్మీనారాయణరావు

కవితా స్వరూప స్వభావాదులను గూర్చి పండిత విమర్శకు లనేకులు వివరించియున్నారు. భారతీయులునూ, పాశ్చాత్యులునూ ప్రతిపాదించిన నిర్వచనములనూ, వానిపై తరువాతి కాలమున రచితములైన వ్యాఖ్యానములనూ పరిశీలింపగా, - కవిత ఉదాత్తమూ, హృద్యమూ, ఇంద్రియోత్తేజకమూ అని మూడు వర్గములుగా నేర్పడుచున్నట్లు తెలియుచున్నది. High poetry, Lyrical poetry, Sensuous poetry అనెడి విభాగముకూడా పై విభజనతో సమన్వయ మగుచున్నది.

భామహుని నిర్వచనము మొదలుగా జగన్నాథ పండితుడు ప్రతిపాదించిన నిర్వచనము వరకూ, ఆలంకారికులు నిర్వచించి వివరించుచూ వచ్చిన కావ్యలక్షణము లన్నియూ చాలవరకు హృద్యమనెడి కవితావిభాగమునకే ఎక్కువగా వర్తించుచున్న వని చెప్పవచ్చును. రమణీయార్థ ప్రతిపాదకమైన శబ్దము కావ్యమనెడి జగన్నాథుని నిర్వచనము. ఈ హృద్యకవిత వివిధ నిర్వచనములకునూ సారభూతమైనదిగా గోచరించుచున్నది. ఉదాత్తమైన కవిత్వము సర్వత్రా హృద్యమైనదిగా నుండక పోవచ్చును. హృద్యమైనదంతయూ ఉదాత్తముగా నుండనవసరమునూ లేదు. ఐనను ఉదాత్తమైన కవిత హృద్యమైనది కూడా కావచ్చును. వాల్మీకి రామాయణ కవిత్వముతో పోల్చి చూచినపుడు భారత కవిత్వము హృద్యమైనదిగా తోపకపోవచ్చును. అంతమాత్రమున భారతకవిత్వ ముదాత్తమైనది కాకపోదుగదా! Keats, Shelly, కవుల రచనలందు కాననగు హృద్యత Iliad, Divine Comedy, Paradise Lost వంటి మహాకావ్యములలో గోచరింపక పోవచ్చును. ఐనను ఈ యుద్గ్రంథముల యుదాత్తతకు భంగము రాదుకదా!

ఈ దృష్టితో పరిశీలించి చూడగా, కావ్యమునకు ఉదాత్తత నాపాదించెడి లక్షణములు - విశిష్టమైనవి - ఏవియో కలవనియూ, వానిని బట్టియే కావ్యమున కౌన్నత్య మేర్పడుచున్నదనియూ నిర్ణయమగుచున్నది. ఈ లక్షణములను పాశ్చాత్యులు Epic Poetry లక్షణములుగా పరిగణించినారు. Epic Poetry లక్షణములను నిర్ణయించుటలో చాలవరకు ఇతివృత్తమునకే ఎక్కువ ప్రాధాన్య మేర్పడినది. ఇతివృత్తముయొక్క విస్తృతినీ, వైశిష్ట్యమునూ, అది నిర్వహింపబడిన విధానమునూ బట్టి, - ఈ యుదాత్తత - సిద్ధించునని విమర్శకుల అభిప్రాయము. మానవుని బాహ్యాంతర జీవితములకు ప్రతిబింబ మగుచుండుటయే కాక ధ్వని ప్రధానమైన వ్యాఖ్యానమగుచూ, సంఘజీవిత సర్వస్వమునకునూ ప్రతికృతియగుచూ, మానవుని జీవితప్రవృత్తికి మార్గదర్శక మగుచూ, భావి మానవజాతి కుపాదేయమయిన సంస్కృతిగా నిలిచి, విశ్వశ్రేయమును పరమధ్యేయముగా నిడికొన్న రచన ఉదాత్తకావ్యమని చెప్పవచ్చును. ఈ లక్షణము లన్నియు మన భారత రామాయణములకు సమగ్రముగ వర్తించుచున్నవి.

ఇట్టి ఉదాత్త కావ్యసృష్టి జరుగుటకు కవిజీవితము కూడ ఉదాత్తమై యుండుట వసరము. సామాన్యమైన జీవితావధులను దాటని వ్యక్తికి ఇట్టి కావ్యరచన సాధ్యముకాదు. మానవజీవిత మందలి బాహ్య సంఘటనలను మాత్రమే చూడగలిగిన కవి అలంకార శోభితమైన, హృద్యమైన, ఇంద్రియోత్తేజకమైన వర్ణనలను, సన్నివేశములను చిత్రింప సమర్థుడు కావచ్చును. పఠితలకు నొక విధమగు చిత్తవికాసమును కలిగింపవచ్చును. కాని, ఆ సంఘటనలకును, సన్నివేశములకును హేతుభూతములై నిగూఢములై యున్న, బాహ్యేంద్రియముల కగోచరములై యున్న ప్రకృతితత్త్వములను గ్రహింపని వాడు, మానవ జీవిత తత్త్వమును చిత్రింపనూలేడు, వ్యాఖ్యానింపనూలేడు. కావున, ప్రకృతికి భాష్యప్రణేత కావలసిన కవి పుట్టుకచేతను, శిక్షణ చేతను, ధ్యేయము చేతను, సంస్కారము చేతను కూడ అసాధరణ వ్యక్తియై యుండవలెను. కనుకనే, - "నానృషిః కురుతే కావ్యం" అని ప్రాచీను లభిప్రాయ

పడియున్నారు. ఆత్మసంయమనము ప్రధాన లక్షణముగా, బాహ్యేంద్రియాంత రేంద్రియములను స్వాధీనమునం దుంచుకొని, ద్వంద్వముల కతీతుడై విశ్వ శ్రేయమును పరమధ్యేయముగా నిడికొన్న ఋషితుల్యులు మాత్రమే ప్రకృతికి భాష్యకారులు కాగలరు. అయినను, ఋషు లెల్లరును కావ్యకర్తలు కాలేదనెడి విషయము కూడ గమనింపదగినది. కాగా, ఋషికి గల లక్షణములతోబాటు, కావ్యదృష్టియూ, రచనాశక్తియూ కూడ అవసరములు. వీనినే మన అలం కారికులు ప్రతిభ, వ్యుత్పత్తి, అభ్యాసము — ఇత్యాదిగా కవిలక్షణములను పేర్కొనియున్నారు. తొలుత పేర్కొన్న ఋషిలక్షణములునూ, ఆలంకా రికులు వివరించిన కవిలక్షణములును కూడ నొక వ్యక్తిలో నెలకొన్ననాడు ఉదాత్త కావ్యసృష్టి సాధ్యమగును. వ్యాస వాల్మీకులు ఇట్టి మహాకవులు. వారి ననుసరించినవారే కవిత్రియమువారు.

నన్నయాదుల జీవితములు, భారతమును రచించుటయందు వారికి గల ఆశయములు, భారతేతి వృత్తముపై వారికి గల గౌరవాదరములు — వీనిని బట్టి చూడగా ఉదాత్త కావ్యరచనకు వీ రెట్లు సమర్థులో, వ్యక్తము కాగలదు. భారతభారతీ శుభగభస్తిచయంబులచే ఘోరసంసార వికార సంతమసజాలము యొక్క విజృంభణమును తొలగించి, సూరి చేతోరుచిరాబ్జ బోధనరతుడైన పరాశరాత్మ జాంభోరుహ మిత్రుడు కవిత్రయము వారికి భారత రచనయందు గురుడైనాడు. ధర్మశాస్త్రము, వేదాంతము, నీతిశాస్త్రము, ఇతిహాసము, పురా ణము ఇత్యాదిగా ప్రశంసింపబడుచున్న భారతామ్నాయమును విశ్వజనీన ముగా రచించుట వీరి ఆశయము. భారత రచనచే వ్యాసుడుద్దేశించిన లక్ష్యమే కవిత్రియము వారికిని లక్ష్యమైనది.

అమితాఖ్యానక శాఖలతో, వేదార్థామలచ్ఛాయతో నొప్పుచు, సుమహా వర్గచతుష్క పుష్పవితతితో శోభిల్లుచు, కృష్ణార్జునోత్తమ నానాగుణ కీర్తనార్థ ఫలమగుచు, ధాత్రీసురప్రార్థ్యమగుచు, భారతపారిజాతము ద్వైపాయనోద్యాన జాతమై యొప్పినది. వివిధాఖ్యానములు, వేదార్థములు కలవు గనుకనే తద్గ్రం థము ధాత్రీసుర ప్రార్థ్యమై విలసిల్లినది. ఐన, ధాత్రీసురప్రార్థ్యమెద్ది?

త్రిలోక రక్షకులైనవారు సురులు. మానవలోక కల్యాణము నుద్దేశించు వారు ధాత్రీసురులు. 'గో బ్రాహ్మణేభ్య శ్శుభమస్తు నిత్యమ్, లోకాస్సమస్తా స్సుఖినోభవన్తు' - అనునది వీరిధ్యేయము. ఇందు, 'గో' శబ్దమునకును 'బ్రాహ్మణ' శబ్దమునకును అర్థము సరియగు విధమున వివరించుకొన వలసి యున్నది. మానవుని ప్రాపంచిక జీవయాత్రకు ఆధారభూతమయిన భౌతిక సంపద యంతయు గోశబ్దముచేతను, ఆధ్యాత్మిక జీవిత సర్వస్వమును 'బ్రాహ్మణ' శబ్దము చేతను ఇందువ్యక్తము చేయబడియున్నవి. గోశబ్దమునకు భూమి యనియు, బ్రహ్మ శబ్దమునకు పరతత్త్వ మనియు నర్థములు. భౌతిక జీవితమున కంతకును ఆధారమైన భూమియు, పారమార్థిక జీవితమునకు ఆధారమైన బ్రాహ్మణతత్త్వములు రక్షితము లయినచో, సర్వప్రజా శ్రేయస్సు సిద్ధించు నని ఈ వాక్యద్వయముయొక్క భావమైయున్నది. మానవజీవితము లోకకల్యాణ ప్రదమై ఫలించుటకు భౌతిక సంపదయు, ఆధ్యాత్మిక జ్ఞానమును కూడ నవసరములు. అదియే జీవితము తరించుట. ఈ భావమునే "అవిద్యయా మృత్యుం తీర్త్వా, విద్యయా అమృత మశ్నుతే" అనియు వివరించినారు. అట్టి సమగ్రమైన జ్ఞానమునకు, విజ్ఞానమునకు ఆకరమై యుండుటచే భారతమున కంతటి గౌరవము కల్గినది. వ్యాసునియొక్కయు, తదనుయాయుల యొక్కయు హస్తములలో ఉదాత్తేతిహాసముగ విజ్ఞానభాండారముగ సిద్ధించిన మహాభారతము ఆంధ్రమున కవిత్రయమువారి హస్తములలో మహాకావ్య స్వరూపమును గైకొన్నది.

వ్యాసుడు ప్రధానముగ ఇతిహాస రచయిత. రసవంతమగు కావ్యరచన అతని యుద్దేశము కాదు. సత్యధర్మములకు అపద కలిగి సంఘము పాపా విష్టమైయున్న సందర్భమున సారస్వతము ద్వారా సత్యధర్మములను పునరుద్ధ రించి సంఘమునకు స్వస్థత చేకూర్పదలచినవాడు వ్యాసుడు. కావున, వ్యాసుడు సంఘమునకు గురుస్థానమున నిలిచియున్నాడు. పాండవ కౌరవుల వంశ చరిత్రయే ప్రధానమైన ఆధారముగ, లోకవృత్తము నంతటిని ప్రజలకు వివ రించి, పాపపుణ్యముల స్వరూపమును వారికి అర్థమగునట్లు జేసి వారిని సత్య

ధర్మోన్ముఖులుగ నొనర్చుట వ్యాసుని ఆశయము. కావున, ఇతిహాస మార్గమున కథను నడిపించుటయే యతడు ధ్యేయముగా నిడికొన్నాడు. భారత రచనా విషయమున కవిత్రియమువారి ధ్యేయమును వ్యాసుని ధ్యేయమును నొక్కటే! అయినను, రచనావిధానమున వీ రవలంబించిన మార్గములు వేరు. భారతకథను ఆకర్షణీయముగ రసవంతమయిన విధమున కావ్యముగా తీర్చిదిద్ది ప్రజల మనస్సులను చూరగొనుట వీరి యాశయము. కేవలము పురాణ విధానము కవిత్రయము వారికి నచ్చలేదు కావున వ్యాసుని రచనకు కావ్యత్వము నాపాదింపజేసిన వారు తెలుగు కవులు.

ఇమ్ముగ సర్వలోకజను లెవ్వనియేని ముఖామృతాంశుబిం
బమ్మున నుద్భవం బయిన భారతవాగమృతంబు కర్ణరం
ధ్ర మ్మను నంజలిం దవిలి త్రావుదు రట్టి మునీంద్రలోకవం
ద్యు మ్మని నప్పరాశరసుతుం బ్రణమిల్లి కరమ్ము భక్తితోన్.

అని నన్నయ భారతము వ్యాసుని వాగమృత మనియు దానిని లోకులు కర్ణరంధ్రమ్మను నంజలిం దవిలి త్రావుదు రనియు వర్ణించినాడు. ఈభావమునే తిక్కన 'భారతామృతము కర్ణపుటంబుల నారఁ గ్రోలి యాంధ్రావలి మోదమునం బొరయునట్లుగ,' తాను భారతము రచింతు నన్నాడు. భారత విషయమున నన్నయ తిక్కన లిరువురకును ఇట్లు భావైక్యము కలదు. భారతమును వర్ణించుచు వీరు వాడిన యమృతశబ్దము గుర్తింపదగినది. అమృతశబ్దముచే బోధ్యమైనది ఆత్మ సాక్షాత్కారమునకు సాధనమైన విద్య. ఉపనిషత్తుల యందును, ఉత్తర మీమాంసయందును బోధింపబడిన ఈ విశిష్ట విద్యయే అమృతత్వము నొసంగునది. అట్టి విద్యను బోధించునది గనుకనే భారతము అమృత మని పేర్కొనబడినది. అట్టి భారతార్థమును లోకులు ఆసక్తితో కర్ణపుటంబుల నారగ్రోలి యానందమును బొందుదు రనుటలో ఆంధ్ర భారత రచన లోకులనాకర్షించునట్టి కమనీయ విధమున నడచినదని స్ఫురించుచున్నది.

ఇట్టి కావ్యరచనా విధానమున కవిత్రయమునకు ఒరవడి యయినవాడు వాల్మీకి. భారత రామాయణములు రెండును ఇతిహాసములు, మహాకావ్యములు

అయినను, రచనా విధానమున నీ రెంటికిని భేద మెంతయో కలదు. వశ్య వాక్కగు వ్యాసుని రచన ప్రకృతి సిద్ధముగా స్వేచ్ఛగా, అర్థ భావములను అనుసరించి సిద్ధించినది. కావున స్వేచ్ఛగా ప్రకృతియందు పెరిగి అనేక ముఖముల వ్యాపించి గంభీర స్వరూపమును గైకొన్న మహారణ్యమువలె భారత రచన గోచరించుచున్నది. ఇందలి గాంభీర్యము, గౌరవము నిసర్గమగు ప్రకృతి సౌందర్యము భగవత్సృష్టివలె అద్భుతావహమైనది. కావుననే, "బుద్ధి బాహు విక్రమమున దుర్గమార్థ జలగౌరవ భారత భారతీ సముద్రము దరియంగ నీ దను విధాత్రునకైనను నేరబోలునే"— అని నన్నయ చెప్పియున్నాడు. వాల్మీకి రామాయణ రచనా విధానము వేరు. వ్యాసుని రచన ప్రకృతియందలి మహారణ్యమును బోలుచుండ, వాల్మీకి రచన తీర్చిదిద్దిన మహోద్యానము వంటిదిగా గనబడుచున్నది. శబ్దముల కూర్పు, అర్థములను ప్రసన్నముగ వ్యక్తము చేయుట, భావములను మనోహరమగు విధమున గూర్చుట, వర్ణనలచే సన్నివేశములను రమణీయముగ నొనర్చుట మున్నగు ప్రధానకావ్య లక్షణములు వాల్మీకి రామాయణమునందు కాననగు విధమున వ్యాస భారత రచనయందు గోచరించుటలేదు. ఇందులకు ఈ మహర్షుల భిన్న దృక్పథములే హేతువులు. వాల్మీకియందలి యీ కావ్యవిధానమే తెలుగు కవిత్రయము వారికి ఒరవడి యయినది.

'దుర్భర తపోవిభవాధికుఁ గురుపద్య విద్యకు నాద్యు నం
బురుహగర్భవిభుఁ బ్రచేతసుపుత్త్రు భక్తి దలంచుచుఁ'—

అని నన్నయ వాల్మీకిని మొదట ప్రశంసించి తరువాతి పద్యమున వ్యాసుని తలచియుండుట గమనింపదగినది. అందును, గురుపద్య విద్యకు నాద్యుడు వాల్మీకియట. చారిత్రక దృష్ట్యా భారత రచనకు తరువాతనే రామాయణ రచన జరిగినదని యభిప్రాయము కలదు కదా! అట్లుండ గురుపద్య విద్యకు వాల్మీకి ఆద్యుడని నన్నయ నుడువుటలో నభిప్రాయ మేమైయుండును? భారతమందలి కవితయందు కంటెను, రామాయణ రచనలో విశిష్టమైన రామణీయకత నన్నయకు గోచరించియుండుటచే పద్య విద్యయందు వాల్మీకియే

ప్రథముడు. అనగా, మొదట పేర్కొనదగిన వాడు అని యభిప్రాయపడి యుండునని యూహింపవలసియుండును. కావుననే వాల్మీకి రచనను ఒరవడిగా పెట్టుకొని నన్నయ తన పద్యరచనను సాగించినా డని చెప్పవచ్చును. ఈ 'పద్యవిద్య' యను ప్రయోగమును బట్టి చూడ నన్నయ నాటికే పద్యరచన ఒక కళగా సిద్ధించియుండె నని తలంపవలసి యున్నది.

అలంకార గ్రంథములు కావ్య ప్రస్థానములు అప్పటికే ప్రచారమునకు వచ్చినవి కావున 'కావ్య సౌందర్యము'ను పోషించు నాసక్తి కలిగినది.

మరియు ప్రసన్నకథా కలితార్థయుక్తి. అక్షరరమ్యత, నానా రుచి రార్థసూక్తి, మున్నగు కావ్యరచనా విశిష్ట లక్షణములను నన్నయ పేర్కొని యుండుట కూడ ఈ యభిప్రాయమును బలపరచుచున్నది. కావున నన్నయ నాటికే పద్య విద్య తెనుగున బాగుగ నభివృద్ధిగాంచి యుండినదని యంగీక రింపక తప్పదు. అట్టి పద్య విద్యకు భారత రచనచే స్థిరత్వము కల్పించి, దాని నొక కళగా తీర్చిదిద్ది ఆదికవి యను గౌరవమును పొందినాడు. భారత రచన నన్నయ యొక్క మొదటి కావ్యమని కూడ సంగీకరింప వీలులేదు – చూడుడు.

> విపరీత ప్రతి భాష లేమిటికి నుర్వీనాథ యీ పుత్రగా
> త్రపరిష్వంగ సుఖంబు నేకొనుము ముక్తాహార కర్పూర సాం
> ద్రపరాగ ప్రసరంబు చందనము చంద్రజ్యోత్స్నయున్ పుత్రగా
> త్ర పరిష్వంగమునట్లు జీవులకు హృద్యంబే కడుఁ శీతమే ;

అని మాధుర్య ప్రసాదములు ప్రధానములుగా శయ్యా సౌభాగ్యముచే నొప్పుచు, రమణీయార్థమును లలితములగు పలుకులచే ప్రతిపాదించుచు, నైసర్గికములు నర్థపోషకములు నగు నలంకారములచే శోభిల్లుచు నుండెడి యిట్టి పద్యరచన నన్నయ ప్రథమ ప్రయత్నమని తలంచుట యెట్లు! ప్రాక్తనజన్మవిద్య యంతయు నన్నయ కీ జన్మమున సిద్ధించి యుండ వచ్చును. అయినను అభ్యాసము చేసినచో నెట్టి విద్యయు పరిణతస్థితిని అందుకొన

దనుటలో విప్రతిపత్తి యుండదు భారత రచనారంభమునకు పూర్వమే నన్నయ పద్య విద్యను సాధించిన వాడనియు, మహాకావ్యములు కాకున్నను ఏవో కొన్ని కావ్యములనైన రచియించి యుండుననియు నా నమ్మకము.

"మానిషాద ప్రతిష్ఠాంత్వమగమ శ్శాశ్వతీ స్సమాః"

అను విధముగ వాల్మీకి నోటినుండి వెలువడిన సరస్వతివలెనే నన్నయ నోటి నుండి ఒక్కసారిగా ఇట్టి భారతరచన ఊడి పడిన దనువారితో నేను వాదింప జాలను. నా యభిప్రాయ మిదియని చెప్పి నమస్కరించుటయే నేను చేయ గలిగిన పని.

పరమ వివేక సౌరభ విభాసిత సద్గుణ పుంజవారి జోత్కరరుచిరములు సకలగమ్యసుతీర్థములు మహామనోహర సుచరిత్ర పావనపయః పరిపూర్ణములు నయిన సత్సభాంతర సరసీవనములను ముదం బొనర కొనియాడిన వాడు నన్నయ. ఈ సభాంతర సరసీవనములలో శాస్త్ర చర్చలే కాని కావ్యాలాపములు కావ్యపఠనములు ఉండలేదని యూహించుట యెట్లు? ఉభయ భాషా కావ్యరచనాభి శోభితుడు సత్ప్రతిభాభియోగ్యుడు అని నన్నయను రాజనరేంద్రుడు నిరాధారముగ ప్రశంసించినాడని యెట్లు చెప్పగలము. మరియు తనకు సహాధ్యాయుడయిన నారాయణభట్టు వాఙ్మయదురంధరుడు అనియు సంస్కృత కర్ణాట ప్రాకృ తాంధ్రభాషలలో కవిరాజశేఖరు డనియు వర్ణింప బడుట కేవలము లాంఛనమని చెప్పలేము కదా! వీని నన్నిటినిబట్టి చూడగా భారతరచనా కాలమునకే నన్నయ సంస్కృతాంధ్ర కవితా రచనయందు సిద్ధహస్తుడయి యుండెననియు, ఆ ఆత్మ విశ్వాసమును ఆధారముగ గొనియే మహాభారత సముద్రమును దరియంగ నీదుటకు పూనుకొనెననియు విశ్వసింపక తప్పదు.

అదికాక, తారకాసముదయములను లెక్కించుట, సర్వవేద శాస్త్రముల యశేషపారమును బొందుటయు నెట్టిదో భారత రచన గావించుట యట్టిదని చెప్పికొనిన నన్నయ దానికి వలయు శక్తిసామర్థ్యములు అర్హతలు శిక్షణా

భ్యాసములు లేనిదే త న్మహాకార్యమునకు పూనునట్టివాఁడు కాఁడు. అవిరళ జపహోమతత్పరుఁడు, సద్వినుతావదాతచరితుఁడు, నిత్య సత్యవచనుఁడు— అను విశేషణములు కూడ గమనింపదగినవి. పంచమవేద మని గౌరవింపఁబడు చున్న మహాభారతమును స్పృశించుటకు మాత్రమే కాక అనువదించుటకు పూనుకొనవలసిన వ్యక్తి యెట్టి యోగ్యతలు కలవాఁడై యుండవలెనో యిందు వ్యక్తము చేయుచున్నాఁడు. అవిరళజపహోమతత్పరుఁడు కనుక ప్రాపంచిక విషయములయందును ధనకనకపదవీ వ్యామోహములందును ఆసక్తి యేర్పడ లేదనుట గమ్యమాన మగుచున్నది. అట్టి ప్రాపంచిక విషయాతీతుఁడయి నప్పుడే భారత ప్రోక్తములగు వేదాంతార్థాదులను ధర్మసూక్ష్మములను తాను దర్శించి యితరులకు బోధింపగలఁడు. అట్లే తద్వ్యక్తి యొక్క జీవితచరిత్రయు నిష్కళంకము, లోకహితమును కాంక్షించునదియు కూడ నయియుండవలెను. లేనినాఁడు వ్యాసు డుద్దేశించిన విశ్వశ్రేయమును తన రచన వలన సిద్ధింపఁజేయ లేఁడు. అందుననే సద్వినుతావదాతచరితుఁడని తన జీవితచరిత్రి యెట్టిదో, భారత రచనకు తనకు గల యర్హత యెట్టిదో సూచించినాఁడు. అట్లే తాను నిత్య సత్యవచనుఁడనియు చెప్పుకొనవలసినది. భారతామ్నాయముపై లోకము నకు అందును పండితులకు నా డుండిన గౌరవమట్టిది. అట్టి పంచమవేదమును అనువదింప బూనుకొన్న వ్యక్తి విషయమున పెదవి విరుపులు, సందేహములు పండితులలో కలుగకపోవు. కావుననే నన్నయ తన యర్హతలను కొంతకు కొంత ముందుగా నివేదించుకొనవలసి వచ్చినది.

ఈ విధముగా ప్రతిభా వ్యుత్పత్త్యభ్యాసములకు అకళంకము, సుదాత్తము నగు జీవితము తోడగుచుండ భారత రచనచే విశ్వశ్రేయమునకు పూనుకొన్నవాఁడు నన్నయ. భారతము నాంధ్రీకరించుటలో నన్నయ యవలం బించిన విధానమును స్వతంత్రమైనదే. వ్యాసుని కథాప్రణాళికకు ఏ మాత్ర మును భంగము కలుగనీయక తత్తత్కథాంగములను కావ్యోచిత మగు రీతిగా చిత్రించుచు, కథార్థమును పాఠకునకు ప్రసన్నమగునట్లు చేయుట నన్నయ యవలంబించిన పద్ధతి. మూలమున విస్తృతముగ తనకు తోచిన

భాగములను కథా సౌష్ఠవమునకు అనుకూలించునట్లుగా కుదించుట మూలమున వర్ణనీయమైన సన్నివేశము ఈ షట్సప్తశ్లోకమాత్రమే అయియున్నచో దానిని పెంచి వర్ణించుట, తన కాలపు రూఢినిబట్టియు సాంఘిక వ్యవస్థను బట్టియు అనుచితములని తోచిన వానిని తొలగించియో లేక ఔచిత్యానుగుణముగ మార్చియో కథను నడిపించుట ఇతడవలంబించిన విధానములలో కొన్ని.

సత్యవతీ పరాశర సమాగమమును వర్ణించు ఘట్టమును పరికింతము. యమునయందు ఓడ నడపుచున్న మత్స్యగంధిని తీర్థ యాత్రాపరుడగు పరాశరమహర్షి గాంచినాడు.

"అతీవ రూపసంపన్నామ్, సిద్ధానా మపి కాంక్షితామ్,
చారుహాసినీమ్, రంభోరూమ్, దివ్యామ్, తామ్
వాసవీమ్ కన్యామ్."—

తొలి చూపుననే మహర్షి కామించినాడు.

"సంగమమ్ మమ కల్యాణి కురుష్వే త్యభ్యభాషత"

పరాశరుడు మహర్షి, తపోధనుడు, లౌకిక వ్యాపారాదులను లక్షింపనివాడు, తాత్కాలికముగ విధిప్రాబల్యమున కామమునకులోనై "కల్యాణి, మమ సంగమమ్ కురుష్వ" అని సూటిగా, ఏ మాత్రమును వక్రోక్త్యాదుల కవకాశము లేక, జంకు బిడియము భయము అనువాని ప్రసక్తి లేక, దప్పిగొన్నవాడు జలము నర్థించినట్లు, ఇంద్రియతృప్తి నాశించినాడు. ఇది ఆ మహర్షి జీవితమునకును ఆ ప్రకృతి సన్నివేశమునకును సరిపోయిన వర్ణన ఏమి చెప్పుటకును నోరాడని సత్యవతి స్త్రీ ప్రకృతికిని ప్రవృత్తికిని సహజమైన విధమున—

"సా బ్రవీత్ పశ్య భగవన్ పారావారే స్థితాన్ ఋషీన్
ఆవయోర్దృష్టయో రేభిః కథంతు స్యాత్ సమాగమః"

అని ప్రశ్నించి తప్పించుకొన జూచినది. మహర్షియయిన వానిని అధిక్షేపించుటకుగాని, నిరసించుటకుగాని ఇష్టపడక క్లిష్టపరిస్థితినుండి చల్లగా తప్పించు

కొను స్త్రీప్రయత్న మందు వ్యక్తమయియున్నది. సత్యవతికిగల ఆత్మవిశ్వాసము కూడ ప్రకటితమే. కాని, మహర్షి తన తపఃప్రభావముచే సకలదృష్టిరోధకమైన నీహారతిమిరమును తక్షణమే కల్పింపజేసినాడు. తద్ప్రభావదర్శనముచే సత్యవతి విస్మితురాలైనది.

"విస్మితా సా భవత్ కన్యా వ్రీడితా చ తపస్వినీ"

సిగ్గును. విస్మయమును ఆమెను లోగొన్నవి. పాపము. అయినను ఆత్మప్రత్యయమును గోల్పోక –

"విద్ధి మామ్ భగవన్ కన్యామ్ సదా పితృవశానుగామ్
త్వత్సంయోగాచ్చ దుష్యేత కన్యాభావో మమానఘ
కన్యాత్వే దూషితేవాపి కథమ్ శక్ష్యే ద్విజోత్తమ
గృహమ్ గన్తుమ్ ఋషే చాహమ్ధీమన్ నస్థాతుముత్సహే
ఏతత్సంచిన్త్య భగవన్ విధత్స్వయదనన్తరమ్"

అని పలికినది. తాను కన్య, తండ్రి యధీనమునం దుండునది, తన కన్యాత్వము దూషితము కాగలదు, అట్లగుచో తా నెట్లు నిలువగలదు – అను విషయముల నేకరువు పెట్టి, ఇవన్నియు బాగుగ యోచింపుము ద్విజోత్తమా అని హెచ్చరించినది. ఈ పలుకులచే మహర్షికి ప్రీతి జనింప, తన సంగమముచే నామెకు కన్యాత్వము దూషితము కాదని చెప్పి, యోజనగంధిత్వాది వరము లిచ్చి, ఆమె జన్మవృత్తాంతమును తెలిపి, తన తపశ్శక్తిచే నామె యెదురాడకుండునట్లు చేసినాడు ఋషి. అట్లు లబ్ధవరయు, ప్రీతయు, స్త్రీభావ గుణభూషితయు అయిన యామె మహాద్భుత కర్మలను ప్రదర్శించిన ఋషి సంసర్గమును పొందినది. ఇది మూలమందలి కథన విధానము.

పరాశరుని గూర్చిన వర్ణన యే మాత్రమును మూలమునందులేదు. కాని నన్నయ–

గతమదమత్సరుండు త్రిజగద్వినుతుండు వసిష్ఠపౌత్రు డు
న్నతమతి శక్తిపుత్రు డఘనాశన ఘోరతపోధనుండు సు

ప్రతుడయి తీర్థయాత్ర చనువాడు పరాశరుడ మ్మునీంద్రు డ
య్యతివ తలోదరిఀ గనియె న య్యమునానది యోడరేవునఀ.

అని యొక పద్యమున నీ సన్నివేశమునకు ఆరంభముగా పరాశర మహర్షిని వర్ణించినాడు. తపోధనుడై, ఋషియైయుండిన పరాశరుడు ఇంద్రియవిజేత యగుటకు బదులుగ ఇంద్రియములకులోనై సత్యవతియందు ప్రవర్తించినాడు. ఈ కార్యమును సమర్థించుకొనుటకు పరాశరుని వర్ణన అవసరమైయున్నది. మదమత్సరములను జయించినవాడు. త్రిజగద్వినుతుడు. ఇక్ష్వాకుల కులగురు వగు వసిష్ఠుని మనుమడు. ఇంతియకాక పాపమును నశింపజేయునట్టి ఘోర తపోధనుండు – అట్టివాడు సువ్రతుడయి తీర్థయాత్ర చనుచు కర్మపరిపాక ముచే ఇందిృయవశంవదు డయినాడు. ఈ పరాశర సత్యవతీ సమాగమ వృత్తాంతము సామాన్య కాముక వృత్తాంతము కాదనియు లోకాతీతమైన విషయమనియు తెలుపుట నన్నయ యుద్దేశము. కావుననే పరాశరు డెట్టి మహర్షియో, ఎట్టి అఘనాశన ఘోరతపోధనుడో వివరింపవలసి వచ్చినది అతని విషయమున ఇది పాపమును కాదు; అతని నిది స్పృశింపను స్పృశిం పదు. ఇట్టి మహర్షుల ప్రవృత్తిలో తాత్కాలికముగ నైనను జరిగిన యిట్టి సంఘటనలు తామరపాకు నంటని నీటి బిందువులవంటివని సూచించుట నన్నయ యుద్దేశము. లోకాతీతులగు మహాపురుషులయెడ భక్తి విశ్వాసము లుండిన వ్యాసుని కాలమున ఇట్టి వివరణ కవసరము లేకపోయినది కావున వ్యాసుడు "తీర్థయాత్రఀ పరిక్రామఀ అపశ్యత్ వై పరాశర:–" అని ఒక వాక్యమున సామాన్యముగ చెప్పి విడిచిన దానికి నన్నయ కాలమున వివరణ కావలసివచ్చినది. మరియు "మునివరుండు తన యభిప్రాయం బక్కన్యక కెరిగించిన నదియును దీనికొడంబడనినాడు నా కలిగి యి మ్మ్ముని శాపంబిచ్చునో యని వెఱచి యిట్లనియె :

తరల॥ "తనువు మీన్వొలవల్చు జాలరిదాన నట్లును గాక యే
నసఘ కన్యకఁ గన్యకావ్రత మంతరించిన నెట్లు మ

జ్జనకు నింటికిఁ బోవనేర్తుఁ బ్రసాదబుద్ధి యొనర్పు స
న్మునిగణోత్తమ నాకు దోషవిముక్తి యెట్లగు నట్లుగాన్."

అని పలికినది చేపవాసనతోడి తనువు గలదాన ననియు, జాలరిదాన ననియు వర్ణనలు నన్నయవి. వీనిచే పరాశరునకు జుగుప్స కలిగించి అతనిని విషయ విముఖునిగ నొనరించుట సత్యవతి ప్రయత్నము. అతడు ద్విజోత్తముడు, తాను జాలరిది – అనియు పేర్కొన్నది. పరాశరుని కాలమున వర్ణవిషయక మగు నిర్బంధములు తక్కువ కావున వ్యాసు డా ప్రసక్తిని తేలేదు. నన్నయ నా డది ప్రధానమయిన విషయము. కావున తాను జాలరిదాన నని చెప్పియు సత్యవతి అతనిని మరల్ప జూచినది. అయినను సత్యవతి కన్యాత్వము దూషితము కా దనియు ఆమె వసురాజ సంతతి యనియు నచ్చజెప్పి యోజనగంధిత్వమును సిద్ధింపజేసి ఋషి యామె నొడంబడునట్లు చేయజూచినాడు. అప్పటికిని వెనుదీయుచున్న సత్యవతి –

"ఎల్లవారును జూడంగ నిట్టి బయల నెట్లగు సమాగమం" బని మరియొక యడ్డు చెప్పినది. మూలమునందువలెనే యిందును స్త్రీ స్వభావోచిత మగు ప్రవృత్తియు వయోనురూప మగు ముగ్ధత్వమును చక్కగ ప్రదర్శితము లయి యున్నవి. పైన చెప్పిన విధమున పరాశర మహాముని వర్ణనను చేర్చుటచే ప్రకరణమున కౌచిత్యము సిద్ధించినవి. సత్యవతికి సిద్ధించిన యోజన గంధిత్వమును గూర్చి పెంపుడు తండ్రి యగు దాశరాజు ప్రశ్నించినట్లును, పరాశరముని దయవలన కలిగినదని యామె బదులుచెప్ప నెల్లవారును హర్షించినట్లును మూలమున గలదు. తండ్రి కూతుల మధ్య జరిగిన ఈ సంఘ టన – కావ్యదృష్ట్యా అనుచితమని కాబోలు నన్నయ విసర్జించినాడు. ఇది నన్నయ పాటించిన విధానము. అనువాదమున గల యీ క్రింది పద్యమును గూర్చి యొకమాట చెప్పవలసియున్నది.

"ఇట్లేకతంబ యేక వస్త్రమయి యోడ నెక్కవచ్చువారి నిరీక్షించు చున్న సత్యవతిం జూచి యా మునివరుండు దానియందు మదనపరవశుఁడై

దాని జన్మంబు తన దివ్యాజ్ఞానంబున నెఱిగి యయ్యోడ యెక్కి దానితో నొక్కటఁ జని చని—

చపలాక్షి చూపులచాడ్పున కెడమెచ్చుఁ
జిక్కని చనుఁగవఁ జీఱఁగోరు
నన్నువ కౌఁదీగ యందంబు మది నిల్పు
జఘనచక్రంబుపైఁ జిలుపు దృష్టి
యభిలాష మేర్పడు నట్లుండగాఁ బల్కు
వేడ్కతో మఱుమాట వినఁగఁ దివురు
నతిఘనలజ్జావనత యగు నక్కన్య
పైబడిఁ లజ్జయుఁ బాపఁగడఁగు
నెంత శాంతులయ్యు నెంత జితేంద్రియు
లయ్యుఁ గడు వివిక్తమయినచోట
సతుల గోష్ఠిఁ జిత్తచలన మొందుదు రెందుఁ
గామశక్తి నోర్వఁగలరె జనులు.''

ఈ వర్ణన మూలమున నెందును లేదు. నన్నయ వ్రాయను లే దని నా దృఢవిశ్వాసము. ఈ సీసపద్యమున వర్ణితమయినది చిరకాలాభ్యస్త మయిన కాముక చిత్తవృత్తి. జీవితమున మొదటిసారిగా, బలవద్విధికారణ ముగా - మహర్షికి గలిగిన ఇంద్రియేచ్ఛకాదు అఘనాశన ఘోరతపోధనుడు, త్రిజగద్వినుతుడు నైన పరాశరుని వంటి మహర్షియొక్క తాత్కాలిక చిత్త వికృతి యొక్క వర్ణన కా దిది. ఈ వర్ణన కొంతవరకు కీచకుని విషయ మున అన్వయించునేమో కాని, లోకాతీతు లగు మహర్షులవిషయమున నన్వ యింపదు. కామప్రవృత్తికి లోనుగానివాడు పరాశరమహర్షి. అట్టి అనుభవ శూన్యుడైనవాని యింద్రియవికారము, ప్రవృత్తియు, క్షణికమును, బాహ్యేం ద్రియ ప్రచోదితము, మానసిక ప్రవృత్తిరహితము నయియుండునే కాని యిందు వర్ణితమైనట్లు కాముకభావనాప్రాబల్యమునకు లోనైనదికాదు. కీచకుని పరివృత్తిని వర్ణించుపట్ల తిక్కనయు నిట్టి జుగుప్సావహములగు వర్ణనలు

గావింపలేదు. కవిత్రయమువారు పాటించిన ఔచిత్యము, సంయమనము నట్టివి. కావున ఈ పద్యము తర్వాతికాలమున మహానుభావు లెవ్వరో చేర్చియుందు రని నమ్ముచున్నాను. భాషావిషయమున నీ పద్యమును పరిశీలించినను నా యూహయే బలపడునట్లున్నది. మరియు దేశమందున్న వ్రాతప్రతులలో కొన్నింట నీ పద్యము కానరాకుండుటయు గమనింతురని నా ఆశ.

మరియొక సందర్భమును గమనింపుడు. పాండురాజునకు మునిశాపము కలుగ, కుంతి భర్తృప్రాణ రక్షణార్థమై నిరంతరమును జాగరూకత వహించి యుండినది. కాని విధి బలీయమైనది. వసంతఋతు విజృంభణసమయము, కుంతి బ్రాహ్మణభోజనమున నిమగ్నయై మాద్రీరక్షణంబునం దేమరియున్నది. యువతి, లావణ్యవతి, యగు మాద్రితో పాండురాజు వనమున క్రుమ్మరుచుండి, మనసిజరాగమత్తుడై, శాపభయమునుకూడ విస్మరించి, మాద్రి వారించు చున్నను మానక - అనర్థమునకు గురియైనాడు. కావ్యదృష్ట్యా గమనించుచో ప్రధానములైన యంశములు - మాద్రీదేవి తారుణ్య లావణ్యసంపద, రాగో ద్దీపక మగు వసంతవిజృంభణము, మాద్రీ పాండురాజుల యేకాంతమునకు నవకాశము. ఇందులో మూడవది మూలమునను, ననువాదమునను కూడ సమానమే. మాద్రి సౌందర్యము మూలమున వర్ణితమైనవిధము—

"తాం. వయః స్థాం, తనువాససామ్, రాజీవలోచనామ్ —
దృష్ట్వా కామవశీకృతః సః తం కామం నియంతుం న శశాక
కామపరీతాత్మా సః మాద్రీం మైధునధర్మేణ బలాద్
అన్వగచ్ఛత్."

'వయః స్థాం, తనువాససామ్ రాజీవలోచనామ్' అను మూడు విశేష ణములును సాభిప్రాయగర్భితములు, గంభీరములు-ఇతిహాస దృష్ట్యా మానవ ప్రకృతిదృష్ట్యా చాలు. కాని, కావ్యదృష్ట్యా-చాలినవికావు కావున. నన్నయ -

"చారుసువర్ణహాసి నవచంపకభూషయు సిందువారము
క్తారమణీయయుఙ్ వకుళదామవతంసయునై యపూర్వశృం

గారవిలాసలీల యెసఁగం దన ముందట నున్న మాద్రి నం
భోరుహనేత్రఁ జూచి కురుపుంగవుఁ డంగజరాగమత్తుడై".

అని మాద్రి శృంగారమూర్తిని చిత్రించినాడు. పాండురాజు అంగజ రాగమత్తు డగుట కిట్టి అపూర్వసౌందర్యమూర్తిని, అందును నతని ప్రియ పత్నిని, వసంతావిర్భావముచే వికసించియున్న ప్రకృతిమధ్యమున - ప్రత్యక్ష ముగ నిలుపవలసివచ్చినది. ఈ పద్యమందలి,— "తన ముందట నున్న" అను ప్రయోగమును, "కురుపుంగవుడు"అను ప్రయోగమును గమనింపుడు. వీనిచే గమ్యమానమగు అప్రకృతవిషయము సహృదయైక వేద్యము. ఈ ప్రయోగములు ప్రయత్నసిద్ధములు కావు. అప్రయత్నముగ వచ్చిపడినవి - యని యెవరైన నాక్షేపించుచో - నింకను మంచిది. Unconscious art లో రామణీయక మెక్కువ.

ఇక - మూలమందలి వసంతవర్ణన -
"సుపుష్పితవనేకాలే కదాచి న్మధుమాధవే
భూతసమ్మోహనే రాజా సభార్యా వ్యచరద్ వనమ్,
పలాశైస్తిలకై ర్చూతై శ్చంపకైః పారిభద్రకైః
అన్యైశ్చ బహుభిర్వృక్షైః ఫలపుష్పసమృద్ధిభిః
జలస్థానైశ్చవివిధైః పద్మినీభిశ్చ శోభితమ్
పాండోర్వనం తత్ సంప్రేక్ష్య ప్రజజ్ఞే హృది మన్మథః
ఈ వస్తువునే నన్నయ చిత్రించిన విధము—
"కమ్మని లతాంతములకు మ్మొనసివచ్చు మధు -
పమ్ముల సుగీతనినదమ్ము లెసఁగెం జూ
తమ్ముల లసత్కిసలయమ్ముల సుగంధిముకు
ళమ్ములను నానుచు ముద మ్మొనర వాచా
లమ్మ లగు కోకిలకులమ్ముల రవమ్ము మధు
ర మ్మగుచు విన్చె ననిళమ్ము సుమనోభా

వైదర్భీ మార్గముయొక్క ప్రాణము. గౌడ మార్గమున నివి విపర్యయముల్లై కనిపించును.

"ఇతి వైదర్భ మార్గస్య ప్రాణా దశగుణాః స్మృతాః
తేషాం విపర్యయః ప్రాయో దృశ్యతే గౌడవర్త్మని."

దండి గుణముల కీ విధమున నిచ్చిన స్థానమును వామనుడింకను దృఢముగ నొనర్చినాడు.

'కావ్యశోభాయాః కర్తారో ధర్మాగుణాః
త దతిశయహేతవస్తు అలంకారాః పూర్వే నిత్యాః'

కావ్యసౌందర్య హేతువులైన ధర్మములు గుణములు. సౌందర్యమున కతిశయము కలిగించునవి మాత్రము అలంకారములు. గుణములు కావ్యమున తప్పక ఉండదగినవి యని నుడివి - ఆ దశగుణముల నొక్కొక్కదానినీ శబ్దమునకూ, అర్థమునకూ వేర్వేరుగా అన్వయించుచూ, వివరించినాడు. ఈ ఇరువది విధములైన గుణము లన్నియూ కలిగి యొప్పునది వైదర్భీరీతి. దీనిని మాత్రమే వామను డంగీకరించి - యిదియే కావ్యమునకు ' ఆత్మ' - యని నిర్ణయించినాడు.

"రీతి రాత్మా కావ్యస్య"

ఇట్లు కావ్యత్వసిద్ధి కత్యావశ్యకమైన గుణమునందే రసమునకును వామను డవకాశమును, ఉన్నత స్థానమును కల్పించి, "దీప్త రసత్వం కాంతిః" అని వివరించినాడు. వివిధము లగు గుణములతో కూడిన శబ్దార్థముల సంయోగము 'రీతి' - యను భావమును, - Grace అను ఆంగ్లపద భావముతో సరిపోల్చవచ్చును. ఈ 'Grace' లేక 'రీతి' - యనునది చిత్తవికాసహేతు వైన దనుటలో విప్రతిపత్తి లేదు. ఈ రీతియే నన్నయ రచనయందు ప్రధానముగ భాసించునది.

రీతికి ప్రాధాన్య మేర్పడినంతనే - శబ్దార్థముల పొందిక, నాద విన్యాసము, నడక, శయ్య - అనునవి తప్పనిసరి యగుచున్నవి. వీనిలో నేది

ంచినను 'రీతి' సిద్ధింపదు. ఒక పంక్తిలో Grace ఉన్న దనినంతనే - అం
గ భావసౌష్ఠవ సామరస్యములు, లావణ్య తారళ్యములు, కాంతివిలాస
ు, చిత్తహేతు వగు భావ మాధుర్యము - ఉండక తప్పవు. కవిత్వము
నట్లే రీతికిని, తద్ధేతువు లగు పైజెప్పిన గుణములకును సమవాయ సం
ధము కలదు. ఆ రీతియే నన్నయ సాధించినాడు. మచ్చున కొకటి రెండు
్యముల నుదహరించి విరమింతును.

వివిధోత్తుంగ తరంగ ఘట్టనచల ద్వేలావనై లావలీ
లవలీలుంగ లవంగ సంగతలతాలస్యంబు లీక్షించుచు౯
ధవళాక్షుల్ సని కాంచి రంత నెదురం దత్తీర దేశంబునం
దవదాతంబుజ ఫేనపుంజనిభు నయ్యాశ్వోత్తము౯ దవ్వుల౯, మాధుర్యము.

నిండుమనంబు నవ్యనవనీత సమానము పల్కు దారుణా
ఖండల శస్త్రతుల్యము జగున్నుత విప్రులయందు నిక్క మీ
రెండును రాజులందు విపరీతము గావున విప్రు డోపు నో
పం డతిశాంతు డయ్యు నరపాలుడు శాపము గ్రమ్మరింపగ౯,

పసాదగుణము.

నరచాప ప్రవిముక్తదారుణ బృహన్నారాచధారల్ భయం
కరదైతేయని కాయ కాయములపైఁ గప్పె౯ దిశల్ నిండ బం
ధురధాత్రీధరతుంగ శృంగతటసందోహంబుపైఁ గప్పు దు
ర్ధర ధారాధరముక్త సంతతపయో ధారావళిం బోలుచు౯. ఓజోగుణము.

పలుకుల ముద్దునుగలికి క్రాల్గన్నుల తెలివును వలఁదచన్నుల బెడంగు
నలఘు కాంచీపద స్థలముల యొప్పును లలితాననేందు మండలము రుచియు
నళినీలకుటిల కుంతలముల కాంతియు నెలజవ్వనంబున విలసనమును
నలసభావంబునఁ బొలుపును మెలుపునుగలుగు నగ్గిరికన్య తలఁచి

తలచి, అక్షర రమ్యత

తెలుగు నుడికా

తెలుగు నుడికారము

—డా. గిడుగు వెంకట సీతాపతి.

పాశ్చాత్యదేశము లందలి భాషలలో ఇటాలియన్ భాష ఎంత మధురముగా ఉంటుందో అంత మధురంగా ఉంటుంది తెలుగు భాష. తూర్పు దేశము లందలి భాషలలో అనే అర్థములో Telugu is the Italian of the East అని అనేక భాషలు విన్న పాశ్చాత్య పండితులు మన తెలుగు భాషా మాధుర్యమును కొనియాడినారు. ఆ మాధుర్యము భాషిస్తూ ఉన్నప్పుడు వారు వీనులవిందుగా విని గ్రహించినదే కాని పుస్తకములలో నున్నది చదివి తెలుసుకున్నది కాదు. ఆడిన మాటలకు అర్థము తెలిసినా తెలియకపోయినా అవి చెవిని పడినంతనే అందులోగల మాధుర్యము గోచరిస్తుంది. అనగా ఆ మాటల ఉచ్చారణలోనే సహజ సిద్ధమైన తీయందనమున్న దన్నమాట. ఈ విషయమునే కృష్ణదేవరాయలు రచించిన ఆముక్తమాల్యదలో నున్నది. ఆ రాజకవికి ఆంధ్ర విష్ణువు కలలో కనబడి ఒక ప్రబంధము తెలుగు భాషలో కూర్చవలసినదని కోరుతూ అన్నమాటలు :—

"తెలుఁగదేల యన్న దేశంబు దెలుఁగేను
దెలుఁగు వల్లభుండఁ దెలుఁగొకండ
యెల్ల నృపులు గొల్వ నెఱుఁగవే బాసాడి
దేశభాషలందు దెలుఁగు లెస్స."

ఇక్కడ కండ అనగా పులకండ. పులకండ వలెనే తీయనిదని భావము.

ప్రసంగిస్తూ ఉన్నట్లు చేమకూరి వేంకటకవి విజయవిలాసములో అచ్చ తెలుగున రచించిన పద్యము చూడండి ఎంత హృద్యముగాను, శ్రావ్యముగాను ఉన్నదో :

"చిలుకల కొలికిది నాతోఁ బలుకంగాఁ గొంతసిగ్గు పడియెడు ముంజే
చిలుకా నీతోనైనను బలుకంగారాదె? పలుకు బంగారటవే?"

ద్విపదగా రచితమయిన నలచరిత్రలో దమయంతి నలునకై పరి తపించు నప్పుడు :

"కటకట ! యని లేచుఁ గన్నీరు నించు
చలిగాలి విసరినఁ జాలవడంకు
ఒకచోట గోరి వేఱొకచోటఁ జేరు
ఒక చెలిపేర వేఱొక చెలిఁ బిలుచు
ఒక పని కనుచు వేఱొక పనిఁ దలచు
ఒక మాటయాడి వేఱొకమాట యాడు
ఒక పరిఁదెగడు వేఱొక పరి బెగడు
ఒక పరి వెఱగందు నొకపరిఁ గుందు"

అని యామె దుస్థితిని తెలియజేయు మాటలు ఎంత పొందికగలవో ! ఇవి కూడా యింపైన తెలుగులోనే ఉన్నవి. ఇట్లనుటచేత సంస్కృత పద ములు కలిసిన యెడల తెలుగు మాధుర్యము తగ్గుతుందని నా యభిప్రాయము కాదు. సారంగధర ద్విపదలో సారంగధరుని తల్లి అతని పాటునకు దుఃఖిస్తూ ఉన్నప్పుడు ఆమె నోదార్చుతూ పలికిన మాటలలో సంస్కృత శబ్దాలున్నా రచన శ్రావ్యముగానే నడచినది చూడండి.

"భావింప సుఖదుఃఖ ఫలములు రెండు
కావటి కుండలు కావటే తల్లి !
వినుమమ్మ చీకటి వెన్నెల సమము
ఓడలు బండ్ల బండ్లోడల వచ్చు
వేడుక కొన్నాళ్లు వెతలు కొన్నాళ్లు"

ప్రభావతీ ప్రద్యుమ్నంలో ప్రభావతి తన లజ్జ పెంపున తన విరహ బాధ పైకి తెలియజేయకుండా ఉన్నప్పుడు, ఆమె సఖి రాగవల్లరి –

"ఏ రీతిం బెనఁగిన నె, వ్వారెఱుంగరు నీదు గుట్టు వనితామణిరో
శ్లా రోకళ్లం బాడిన, కూరులిపుడెంత దాఁచుకొన్న నడఁగునే ?"

అని ఎంత ముద్దుగా తెలుగు నుడికారపు సొంపులతో పలికినదో చూచారా ?

అయితే, తెలుగు పదములలోగల లాలిత్యమునే నెక్కువగా కొని యాడతాను. రాజశేఖర కవి కర్పూర మంజరిలో :—

పరుషాః సంస్కృత గుంఫాః
ప్రాకృత గుంఫస్తు భవితి సుకుమారః
పురుష మహిళానాం యావ
దిహాంతరం తేషు తావత్

(ఇది ఛాయ)

ప్రాకృత పదములకంటెను సుకుమారము లయినవి తెలుగు పలుకులు.

ఏ భాష అయినా రెండు విధములుగా పెరుగుతూ ఉంటుంది. 1. సహజముగా దానికిగల శక్తిని బట్టిన్నీ. 2. ఇతర భాషల ప్రభావము, సంపర్కమును బట్టిన్నీ. సహజశక్తి అనగా క్రొత్త భావములను వ్యక్తము చేయుటకు అదివరకున్న మాటలకు ప్రత్యయములనుగాని అనుబంధములను గాని చేర్చుకోగల శక్తి. అది అణుమాత్ర మయిన విత్తనము అంకురించి పెద్ద వృక్షము కాగలశక్తి వంటిది.

"అణుమాత్రంబగు మఱ్ఱి విత్తనము మొల్కెత్తిలేచు ఏపారు చ
క్కని చెట్టైననలెత్తి కాచు నురుశాఖల్సాచు నందుండి నే
లను దాఁకన్ బడు నూడలౌ విడుచు; వేళ్లన్ జాచు; అట్లేకదా
తనరున్ భాషయుఁ బ్రాణమున్న వరకు దప్పేమియో భారతీ!

అన్నాను.

ఇతర భాషల సంపర్కము వల్లను గాని ప్రభావము వల్లను గాని భాషాభివృద్ధి ఎట్లు కలుగునంటే - చిన్నజెలగా పుట్టిన ఊటగడ్డ మహానదిగా

ప్రవహించుటకు శాఖానదులు తోడ్పడును. అట్లే విదేశీయ పదములు భాషాభి వృద్ధికి తోడ్పడుతవి.

"జలరై పుట్టి స్రవించి వర్షములకుఞ్ జెన్నొంది శాఖానదుల్
కలియఞ్ బెంపును బొంది, పుష్కల తరంగ శ్రేణీ నృత్యంబుతో
సలరెఞ్ బావెడు సమ్మహానదుల సామ్యంబొంది భాషానదుల్
విలసిల్లుఞ్ భువి నెల్లకాలమును నిర్విఘ్నంబుగా భారతీ! అన్నాను.

భాషా ఏ విధముగా పెరుగుట కయినా ముందుగా భావనాభివృద్ధి ఆ భాష మాతృభాషగా నున్నవారికి కలుగవలెను. సంస్కృతి లేక కూపస్థ మండూకముల వలె నున్నవారికి క్రొత్త భావనలు కలుగవు. క్రొత్త మాటలు పుట్టవు. సంస్కృతి ఎక్కువగుతున్న కొలదిని క్రొత్త భావనలున్ను వాటితో క్రొత్త పదముల అక్కరయున్ను కలుగుతూ ఉంటవి. ఈ యక్కర తీర్చుకొనుటకే పైని చెప్పిన రెండు శక్తి సాధనములున్ను వినియుక్తములగుతూ ఉంటవి. తెలుగు వారికి యీ రెండును అలవడినవి. అందులో ఆర్యసంపర్కము వలన సంస్కృత ప్రాకృత భాషా పదములు - తత్సమములు గానో తద్భవములు గానో తెలుగు భాష లోనికి ప్రవేశించినవి. తెలుగుభాష పుట్టుక వలన ద్రావిడ భాషాకుటుంబము లోనిదే అయినను ఈ తత్సమ తద్భవములు వేలకొలదిగా చేరుటవలన ఈ తెలుగుభాష ఆర్యభాషా కుటుంబములోని దేమో యను భ్రమ పుట్టించినది. కాని తెలుగువారు తమ భాషానైజమును గోల్పోలేదు. పండితులు అయిన వారికంటె పాండిత్యము లేని జానపదులే తెలుగు నుడికారమును తెలుగు తీయందనమును ఎక్కువగా నిలబెట్టుకొన్నారు. పండితుల ప్రభావము వల ననే కొన్ని తెలుగుమాటలకు క్షైణ్యము కలిగినది. ఆ మాటల స్థానములో సంస్కృత పదములకు గౌరవము హెచ్చినది. ఉదాహరణములు: 'పెద్దచెట్టు' అని ఉచ్చారణములో ఎంత నొక్కిచెప్పినా 'మహావృక్షము' అన్నప్పుడు కలిగిన తృప్తి కలుగుటలేదు. ఆ విధముగానే 'పెద్దకొండ' 'పెద్దనది' 'పెద్దప్రోలు' అనుటకు మారుగా 'మహాపర్వతము' 'మహానది' 'మహా

నగరము' అన్నప్పుడు ఎక్కువ ఆనందము కలుగుతున్నది. "ముక్కంటి కంటి వెచ్చకు మన్మథుడు కాలిపోయెను" అన్నప్పుడు 'వెచ్చ'కు గల తీవ్రత అణగారి పోయినది. సముద్రమనే అర్థములో నుండిన 'కడలి' శబ్దము చిన్న కోనేరు వంటిదిగా మనదృష్టి కిప్పుడు కనబడుతున్నదేమో! 'పదబంధవారి జాతము'నకున్న గొప్పతనము 'నుడికడలి'కి కలుగదు. మా యింటికి దేవ తార్చనకు దయచేయండి, భోజనానికి దయచేయండి అంటే గౌరవముగా ఉంటుంది. 'మా యింటికి తిండికి రండి, కూడు కుడువడానికి రండి' అంటే పేలవముగాను, అంతేకాదు అసభ్యముగాను ఉంటుంది. సంస్కృత పదము లలో కూడా తెలుగువారు సభ్యాసభ్యతలు పాటిస్తారు. అన్న ప్రాశనముకో అశనమన్న పదమున్నా మా యింటికి అశనమునకు రండంటే అవమాన కరంగా ఉంటుంది. పోరు, కయ్యము, జగడము అని అంటే సవతుల దెబ్బలాట లాగున జరిగేది కాబోలు అనిపిస్తుంది. ఇప్పుడు ఆంగ్లభాషలో 'battle' కున్నూ 'war' కున్నూ గల వ్యత్యాసము వ్యక్తపరచవలెనంటే battle కు యుద్ధ మనిన్ని war కు సంగ్రామమనిన్ని great world war కు ప్రపంచ వ్యాప్తమైన మహా సంగ్రామమనిన్ని చెప్పవలెను.

సంయోగాది సాధనముల వలన ఒకేమాట ఎన్నెన్ని అర్థములలో వాడుకలోనికి వచ్చినదో చూడండి. అందుకు 'మాట' అనే మాటనే ఉదా హరణముగా ఎత్తుకొని మాటలకు గల శక్తి తెలిసికొందాము.

కాస్త దూరముగా ఉన్న మిత్రుణ్ని చూచి 'మాట' అనగానే అతడు మన వద్దకు వస్తాడు. అదేదో అంత బిగ్గరగా అరచి చెప్పవలసినది కాదనిన్ని కాస్తయినా రహస్యంగా చెప్పవలసినదనిన్ని గ్రహించి మనం చెప్ప దలచినది వినడానికి సిద్ధపడతాడు. "వెయ్యి మాటలేల? ఒక్క మాటలోచెప్తాను" అంటే అధిక ప్రసంగం చేయకుండా చెప్పవలసినదంతా సంగ్రహించి చెప్తా నన్నమాట. ఊరకే అదే ధోరణిలో మాటలాడే వాణ్ణి 'మాటల పోగంటాము. మాటలు పట్టుకుంటే మరి వదల డంటాము. మాటలకు లోటులేదు. అంటే మాటలాడుతాడే కాని పనిచేయడని అర్థము. ఇటువంటి అర్థంలోనే "మాటలు

కోటలు దాటుతాయి కాలు గడప దాటదు" అంటాము. మాటలు తీయగా ఉంటవే కాని మనసు మంచిదికాదు. అంటే పెదవుల తీపి ఎదలో విషము అని అర్థమవుతుంది. చమత్కారంగా మాటలాడే వానిని "బలేమాటకారి" అంటాము. ఆ మాటలు వినువు పుట్టిస్తే మాటలమారి అంటాము. మా పాపాయికి యిప్పుడిప్పుడే మాటలు వస్తున్నదంటే మాటలాడే శక్తి వస్తున్న దన్నమాట. గుమస్తా మూలంగా మా ఆయనకు 'మాట' వచ్చిందండీ అంటే ఏదో అపమానం కలిగింది; అపనింద వచ్చిందన్నమాట. మాటపడడం కష్టమన్నా ఆ అర్థాన్నే సూచిస్తుంది. అతని మాటకు అడ్డులేదు అంటే అందరూ వినవలసిందే తిరుగు చెప్పడానికి వీలులేదు అన్నమాట. అతడి మాటకు చెలామణీ సాగుతున్నదంటే అందరూ అతడు చెప్పింది వింటున్నారు; అతని పలుకుబడి ఎక్కువగా ఉన్నదన్నమాట. "నా మాట విను నాయనా" అని తల్లి అనునయనంతో అంటుంది. "నా మాట వినకపోతే జాగ్రత్త" అని తండ్రి కోపంతో అంటాడు. ఇప్పుడతని మాట సాగడం లేదంటే పలుకుబడి పోయిందన్నమాట. వాడికీ నాకూ మాటలు లేవంటే మేము విరోధులమైనాము మాటలాడుకోవడం కూడా మానివేశామని అర్థము. ఒక మాట అన్నామంటే సరా? పది మాటలు పడాలి. అనడ మెందుకు పడడ మెందుకు అని హెచ్చరిక చేసుకుంటాము. తుది మాట చెప్పండి, యిస్తారా? యివ్వరా? అని ఏమీ తేల్చకుండా గొడవలు పలికే వారిని చూచి అంటాము. పాపం! ఆ మూగదాని మాట తల్చుకుంటే దుఃఖం వస్తుందంటే; దాని విషయం అన్నమాట అంతే కాని మూగది పలికినది కాజాలదుగదా? ఆ మాటకు వస్తే నేనసలేరాను, అంటే అట్టి విషమ స్థితి సంభవిస్తే రానని అర్థము. చిన్న పిల్లడి మాట పట్టుకుని మీరు అలుగడం బాగుగా లేదండీ అంటే వాడు చిన్నవాడు గనుక వాడన్న మాటలు పాటించకూడదని అర్థం. నీ పెండ్లి మాట నిశ్చయమైనదా? నీ అన్నయ్యకు పెండ్లి అయిన దన్నమాట నాకు తెలియదు. ఏమిటి నీ సంగతి? రేపు నీ వుండే మాటో వెళ్లే మాటో నిశ్చయంగా చెప్పు. అన్నప్పుడు నోటి మాట ప్రసక్తిలేదు. ఆడిన మాట తప్పకూడదు సుమా? తప్పితే, పద్యం

విన్నావా? నాకు తెలుసును. ఆడిన మాటం దప్పిన గాడిదకొడుకంచు దిట్టగాఁవిని అయ్యో వీడా నా కొడుకని యొక గాడిద యేడ్చెను గదన్న కవి చోడప్పా" ఈ పద్యం జ్ఞప్తికి తెచ్చినందుకు క్షమించు. ఎంత మాట! మనం స్నేహితులంగదా? సరేకాని మరొక్క మాట. మనలో మాటగా చెప్తున్నాను. "రామారావు పరీక్ష పోయింది ముందుగా ఎవరితోను చెప్పకు. రెండు రోజులలో అదే వెల్లడవుతుంది."

ఈ యువకుల మాటలలో మాట అనేమాట ఎన్ని విధాలుగా ప్రయుక్తమైనదో చూచినారుగదా? కొన్ని సామెతలలోగూడ ఈ మాట నుడికారపు సొంపులతో ప్రయుక్త మవుతుంది. కొన్ని ఉదాహరణములు:—

"వేటుకు వేటు, మాటకు మాట. (a blow for a blow, a word for a word).

మనిషికొక మాట గొడ్డుకొక దెబ్బ.

నమ్మకే వాడన్న మాట అది నీటిపై వ్రాత నీళ్ళ మూట.

మాటకు మాట తెగులు నీటికి నాచు తెగులు (words and weeds choke speech and streams).

మాటకు మల్లి పనికి యెల్లి (Miss Bud never becomes Miss Blossom)

ఎవరి కూడు తింటే వారి మాట ఆడాలి (He who pays the piper calls the tune).

కన్ను

కంటికి సంబంధించిన నుడికారా లెట్లున్నవో చూడండి. నెమలిపురి కన్ను, గవ్వలాటలో కన్ను, శీతకన్ను, క్రేగన్ను, వాలుగన్ను (వాల్గంటి) కన్నులు పొడచుకున్నా నిద్రరాదు. కన్నుకొట్టు, కన్నువేయు, కన్నుపెట్టి చూడు. కన్నులు నెత్తికెక్కినవి. కన్నులు తేలవేశాడు. ఒడలెల్లా కన్నులు

చేనుకొని నీ కోసం చూస్తున్నాడు. ముసిలిది కొడుకును చూచినదాకా చావదు. కన్నులలో ప్రాణాలు నిల్పుకొన్నది.

గంగ కనుఁగొంటి, కన్నుల కరవుతీర; కంజాక్షు జూచితి కన్నులార. ఇంకా కన్నూ ముఖమూ ఏర్పడలేదు. కన్నుల ముత్యాలరాలు. నీలాలు కారు, నీరు కారు. కన్నులువేయి దాల్పవలె గౌతము నింటను కోడిగావలెఁ. వేయి కన్నుల వేల్పు కన్నుల నద్దుకొని స్వీకరిస్తాను. కన్నియ కన్నెఱుంగి కన్నుండగనే కనుపాప తీయగల నేర్పు. నీకన్ను కుట్టిందా? ఎందుకీ కన్నెఱ్ఱ? కంటిచలువ. నోటి మాటలేదు, కంట చూపులేదు. కన్నూమిన్నూ తెలియకుండా ఉన్నావు. ఈ కంటికి రెప్ప దూరమా? కంటికి రెప్పా నోటికి చేయీ దూరమయినాయి. కంటికి, మంటికి ఒకటే ధారగా ఏడ్చాడు. కన్నీరు మున్నీరై పాఱఁగనేడ్చె, కనుబొమ్మ. కన్నులార్చు. ఇంత కనువేదురు చెల్లునటమ్మ యింతికిఁ. కనుపండుగ, కనువిందు, నాకీ కథ కనువిప్పయినది. కనుచూపుమేర నా కెవరూ కనబడలేదు. నన్ను కని పెంచినవారు గతించినారు. తాతను కనిపెట్టుకుని ఉండు. కానని వాని నూతగొని కానిని వాడు, (the blind leading the blind) తోడికోడలి సంపద చూచి అది కంట్లో నిప్పులు పోసుకుంటున్నది. నా కంట్లో కారం జల్లి నా భర్తతో తిరుగుచున్నది. నీ తూపులని కదా నెత్తమ్మి ఱేకుల గారవమ్మునఁ గండ్లఁ గప్పికొందు, నేటికిని నీ రూపు కన్నులఁ గట్టినట్టు తోఁచు. నీ రాకకు ఎదురు చూచి, చూచి, నా కన్నులు ఉబ్బినవి, కాయలు కాచినవి, వాచినవి. కనుసన్న మెలగు, లేని కన్ను కన్న మెల్లకన్ను మేలు. రాజును చూచిన కన్నులను మొగుణ్ణిచూస్తే మొత్తబుద్ధి.

నోరు

నోరు అనే మాటతో ఎన్నెన్ని పలుకుబడు లేర్పడినవో చూడండి:—

నోరు చేయకు, నోరు పారేసుకోకు, వాడు నోరుపెట్టుకొని బ్రదుకుతున్నాడు, వాడి నోటిలో నోరుపెట్టుకొని నేను వాదించలేను. వాడు నోటికి

నచ్చినట్టు ప్రేలుతున్నాడు. వీడికి నోట మాటలేదు. నోరార పలికి మురిసి పోయింది. వాడి నోటికి అద్దూ పద్దూ లేదు. వీడి నోరు పెగలదు. నోరు మూసుకుని పనిచెయ్యి. తల పరువు నోరు చెడుపుతుంది. నోరు మంచిదయితే ఊరు మంచిదవుతుంది. నోటిలో నాలుక లేదూ? మాటాడ వేమి?

అనుబంధ క్రియలతో ఎట్లు పలుకుబడులు ఏర్పడుతవో చూడండి!

కొను అంటే purchase అన్నమాట. కొనుబడి అంటే cost price అని అర్థము. కొనుక్కొను అన్నప్పుడు రెండవ కొను సహాయక్రియగా ఉన్న అనుబంధము. వాడు తనకు దుస్తులు లేకపోయినా సరే కాని పుస్తకాలు కొనుక్కుంటే చాలు ననుకొన్నాడు. ఇంగ్లీషులో సులువుగా he dneied h mself clothes to buy books అంటారు. అమ్మబోతే అడవి, కొనబోతే కొరవి రెండు విధాలా నష్టమే అని సూచించే నానుడి అనుబంధ క్రియ స్వార్థమందు వాడువారు. ఇల్లు కట్టిరి - ఇల్లు కట్టుకొన్నారు. వంకాయలు అంగడిలో కొని తీసుకొని రా (తీసుకు రా). నా కిది కొనిపెట్టు. నీకు కావలసినది నీవు కొనుక్కో. దొంగలు దోచుకొన్నారు. తద్దినం కొని తెచ్చుకొన్నట్టయినది. ఇతరుల వ్యవహారాలు చూస్తాడు, తన వ్యవహారం చూచుకోడు. హత్యచేసినాడు. హత్యచేసుకొన్నాడు. వాడు తన మేనమామ కూతుర్ని చేసుకొన్నాడు. మేనరికము చేసుకొన్నాడు. పని మానుకొన్నది. దాచుకో. తలకు దెబ్బ తగిలించుకోడానికా గుమ్మం పొట్టిగా కట్టించుకున్నావు? I understand a man knocking his head against a wall by an accident but I can never understand a man building a wall for that purpose అన్నట్టుంటుంది. పెళ్లికొడుకు తాళి కట్టినాడు. పెళ్ళికూతురు సంతోషముతో కట్టించుకొన్నది. స్వార్థమందే కాక - జాలికొను, అంటుకొను, పనిగొను, ఆఁకొను ఆకలిగొను, ఊరకొను మొదలయిన నుడికారాలలో కూడా ఈ అనుబంధ క్రియ కనబడుతుంది.

కొట్టు: కంపుకొట్టు, దిష్టికొట్టింది. దెయ్యంకొట్టిన కొబ్బరికాయ, చెడగొట్టు, తెగగొట్టు (తెగ్గొట్టు), దిగగొట్టు (దిగ్గొట్టు), భోజనము ముందుగా

చేసి లేచిన అబ్బాయి నీ మీద కొండ కొట్టానంటాడు. కన్నుకొట్టు, గుండె కొట్టుకుంటున్నవి. కడగొట్టు బిడ్డ. పిసినిగొట్టు, వాపిరిగొట్టు.

కట్టు : వాకట్టు, తాకట్టు, ఆటకట్టు, మొలకట్టు, చనుకట్టు పయిఁబడనేల యేడ్చెదో? మీసకట్టు కందికట్టు, కనికట్టు, వాడికోసం ఆకట్టు (set apart) వెండికట్టు పొడుంకాయ. కట్టుచారు (చేరు), జాతికట్టు, కులకట్టు, సమ్మెకట్టు, కట్టుకట్టు, రాతికట్టు గోడ, తలకట్టు, ఆనకట్టు, నడికట్టు, ఒడికట్టు, మణికట్టు, వలకట్టు. ఇంటి ముందరి కట్టు బాగున్నది గాని వెనుకటి కట్టు బాగుగా లేదు. దీనికి వెలకట్టు, ధరకట్టు, పద్యముకట్టు, పదంకట్టు, కడుపుకట్టుకొనియైనా దివాణానికి కట్టవలసిన కట్టుబడి చెల్లించాలి. నోరుకట్టుకో, చేతికట్టు, అంటుకట్టు. ఆ నాటి దృశ్యము ఈ నాటికికూడా కన్నులకు కట్టినట్టున్నది. భామా వేషం కట్టినాడు. గడ్డ కట్టుకొన్నది. మబ్బు కట్టింది వాన పడేటట్టున్నది. రొట్టె పెచ్చుకట్టింది. మామిడి టెంక పీచు కట్టింది. నా ఉసురు నీకు కట్టికుడుపక మానదు. దెబ్బ తగిలినచోట నెత్తురు గూడు కట్టినది. కట్టుబాటుచేయి. కట్టు తప్పినపిల్ల. ధర్మానికి కట్టుపడ్డాడు. కట్టుబట్టతో పరుగెత్తుకొని వచ్చాడు. కట్టుమ్రాను. మడి కట్టుకొన్నాడు. ముట్టుకోకు, లెక్కకట్టు.

పట్టు : ఆయువుపట్టు. పట్టుపట్టుకొని కూర్చున్నాడు. మంకుపట్టు, మొండిపట్టు, పట్టినపట్టు విడవడు. కథ మంచిపట్టులో ఉన్నది. ఉనికిపట్టు. గ్రహణం పట్టినది. పట్టుస్నానం. విడుపుస్నానం. పట్టు విడుపులు రెండూ ఉండాలి. (give and take) కూతపట్టు దూరము. పట్టుదల. చుట్టుపట్ల తిరగక ఇంటి పట్టున ఉండు. పట్టుమని పది దినాలయినా ఉండలేదు. పట్టుకొమ్మ. నా జీతంలో పది రూపాయలు పట్టుకున్నారు. నాకు నీ వేషాలు పట్టవు. ఈ కాయలు నీ కాబడితే తీసుకో. ఊపిరి బిగపట్టు. దమ్ముపట్టు, చేబట్టు, చెట్టబట్టు (marry) నే చెప్పినది వంట (ఒంట) పట్టించుకో. రావలసినది రాబట్టుకోవాలి. ఈ మాటలు వాడు చెవిని పట్టించుకోడు. ఈ సమాసాలు వాడికి నోటబట్టవు.

కలోదారి పట్టినారు, కాళ్లుపట్టు. అతని కాళ్ల పట్టుకో, నీకేం పిచ్చి పట్టినదా? ఈ కత్తి సానపట్టు. వరిగింజలు నేతులు పట్టినవి. పిట్టకుకూత పట్టింది. నాకేం పట్టింది వాడిని సాకడానికి. ఏదుం పట్టే గంప. దీనికెంత పడుతుంది? నా చొక్కాకు ఎన్ని గజాల గుడ్డ పడుతుంది? పట్టి పట్టి మాటలాడతాడు. వాడు పట్టినదెల్ల బంగారము. వీడికింకా యోగం పట్టలేదు. ఈ కత్తి తుప్పు పట్టినది. గోడలకు కరిదూపం బూజులు పట్టినది. బల్లకు చెద పట్టినవి. వాడికేం కొవ్వు పట్టిందిరా? చలి జ్వరం, చలి కుదుపు పట్టుకొన్నది. ముసురు పట్టినది. నాకు నిద్రపట్టకుండా ఉన్నది. నా నోటికి కారం పట్టదు. పట్టెడు మెతుకులు పెట్టవమ్మా.

ఈ విధముగా అనేక పదములకు అనుబంధములయిన ఉప పదముల వల్లను, ప్రత్యయముల వల్లను శబ్దపల్లవాలు, క్రొత్త కొత్త అర్థాలతో నుడికారాలు, పలుకుబళ్ళు ఏర్పడుతవి. సంస్కృత భాషలలో ఒక్కొక్క ప్రధాన పదానికి ఉపసర్గల వల్లను, అనుబంధాల వల్లను, వందల కొలదిగా నూతన పదములు వేర్వేరు అర్థములలో కొద్ది కొద్దిగా మార్పు చెందిన అర్థ విశేషాలతో ఏర్పడుతూ ఉంటవి. అలాగుననే Prefixes, suffixes, (affixes) వల్లను, నూతన పదజాలం వృద్ధి పొందుతుంది కొన్ని భాషలలో infixes అంటూ ఉన్నది. అవి పదమధ్యమందు దూరి అర్థ విశేషములను కలిగిస్తూ ఉంటవి. నూతన భావార్థకములుగా ఉంటవి. తెలుగులో కాని, సంస్కృతములోగాని, ఇంగ్లీషులోకాని లేని infixing ఆదివాసులయిన సవర. ముండారీ, సంతాలీ భాషలలో ఉన్నవి ఉదాహరణములు — సవర భాషలో తిడ్ అనే క్రియకు కొట్టుట అని అర్థము జేన్ అమన్ తిడ్తమ్ అంటే నేను నిన్ను కొడతాను అని అర్థం. ఈ పదంలో తకారమునకు ఇడ్ కున్ను నడుమనం అన్ అనే infix (ప్రత్యయము) దూర్చితే తనిడ్ అవుతుంది దాని చివరను నామవాచక ప్రత్యయము అన్ కలిపితే తనిడన్ అవుతుంది. అది కొట్టుట అనే భావార్థక రూపమవుతుంది. దెబ్బ అనిన్ని అర్థము. గిజ్ అంటే చూచు గనిజన్ అంటే చూచుట, దృశ్యము అని అర్థము. అన్ అనే infix

ఆ క్రియా కార్యమునకు కావలసిన సాధనమును వ్యక్తపరుస్తుంది తరిడ్ అంటే కొట్టుటకు సాధనమైన, కొట్టుటకు కావలసిన అని అర్థము. కొట్టుటకు ఉపకరించే కర్రకు తరిడ్-డాంగన్ అంటారు. ఆ ఉపకరించేది తోలుతో చేసిన కొరడా అయితే తరిడ్-సాలన్ అంటారు. పేపరు బెత్తుగాని, వెదురు బద్దగాని అయితే తరిడ్-ఉరక్ అంటారు ఇటువంటి సాధనాలతో క్రొత్త వస్తువులు చూచి నప్పుడును క్రొత్త భావనలు పుట్టినపుడును ఉన్నమాటల తోనే భాషాభివృద్ధి చేసుకుంటారు సాధ్యమయినంతవరకు విదేశీయ శబ్దములను స్వీకరింపరు స్వీకరింపక తప్పదన్నప్పుడు తమ భాషాలక్షణమునకు అనుకూలముగా ఆ శబ్దమును కొద్దిగానైనా మార్చివాడుకుంటారు. అది కూడా నుడికారపు సొంపులే

మనతెలుగు భాషలో యిటువంటి చిత్రాలు కనబడతవి. ఉదాహరణము. రూళ్ళకర్ర అన్నది విదేశీయ శబ్దమని ఇప్పటి పిల్లలకు తోచనే తోచదు. ఇంగ్లీషులో rule, rules, ruler అనే శబ్దాలున్నవి గదా? నేను లోపలికి రాకూడదన్న rule ఎక్కడున్నది? అంటాము ఇంగ్లీషు బహువచన ప్రత్యయమే ఉంచి' నీకు రూల్సు మహా తెలిసినట్లు మాట్లాడుతున్నా వంటాము. మన తెలుగు బహువచన ప్రత్యయము చేర్చి నీవు వంకర టింకరలు లేకుండా తిన్నగా రూళ్ళు గీయగలవా? అంటాము. ఆ అర్థములో యీమాట యీ అర్థములో ఆ మాట ప్రయోగించము ఒక్కొక్కప్పుడు విదేశీయ భాషలోగల శబ్దాల తుదనున్న వర్ణము బహువచన ప్రత్యయమనుకొని పొరపాట్లు కూడా చేస్తూ ఉంటాము. ఇంగ్లీషు శబ్దాలలో కొన్నిటను చివర నున్న s చూచి అవి బహువచన రూపాలనుకొని తప్పుగా ప్రయోగిస్తాము. Summons ఏకవచనము దీనికి బహువచన రూపము Summonses. Summons బహువచన రూపమనుకొని సమ్మను వచ్చిందా? సమ్మనులు అందినవా? అంటారు కొందరు News అనే పదము ఇంగ్లీషులో వాస్తవముగా బహువచన రూపమే కాని, యిప్పుడు ఏకవచనముగా వాడుకొంటారు.

It is bad news అంటారు. రేడియోలో తెలుగు న్యూజ్ తిన్నగా వినబడవు అంటారు.

ఆయా భాషల నుడికారాలు అవి మాతృభాషగా గలవారికి చక్కగా బోధపడతవి. మన తెలుగు భాషను గూర్చి చెప్పినప్పుడు ఆ విషయము నేటి వ్యావహారిక భాషకే వర్తిస్తుందిగాని వాడుకలోనుండి తప్పిపోయిన కార్య భాషకు వర్తించదు సుమండీ. ఒక ఉదాహరణము ఓ హరి నా హరి అంటే తండోప తండములు అని కీ. శే. మధురకవి నాళము కృష్ణారావుగారు తాము ప్రకటించిన తెలుగు జాతీయములు (A Dictionary of Telugu Idioms) అనే తెలుగు గ్రంథమందు తెలియ జేసినారు. మన ఆంధ్రప్రదేశ్ సాహిత్య అకాడమీ వారు ప్రకటించిన పదబంధ పారిజాతములో ఓహరి నాహరిగా అంటే హోరాహోరీగా అని వ్యాఖ్యానము చేసినారు. ఈ గ్రంథ సంపాదకులు రెండింటను 'ఓహరి నాహరి నయ్యాల చేరుగా వెనుకొంచు దెరలుచుఁ బెనఁగు నెడలు' అనే ప్రయోగము భార. విరా. III 165 లోనిది కనబరచినారు. దానినిబట్టి తండోప తండములుగా అని కాని హోరాహోరిగా అని కాని అర్థము చెప్పుటకు ఆధారము కనబడదు. బ్రౌణ్యములో నున్నట్లు వెనుకకు ముందుకు అనే అర్థమే పొసగుతుంది. Pursuing and being routed or scattered or dying. హోరాహోరీగా యుద్ధము జరిగినప్పుడే, తండోప తండములుగా సైనికు లున్నప్పుడే ఈ పనులు జరుగుతవని సమర్థించుకో వచ్చునుగాని ఓహరి నాహరి పదములకు ఈ సంపాదకులు చెప్పిన అర్థము లేదు ఈ పదములు సంస్కృత పదకోశము లందు కనబడవు. అచ్చ తెలుగు పదములు కాజాలవు. ఈ విషయమును గూర్చి యిక్కడ ఎక్కువగా చర్చించుటకు అవకాశము లేదు

ఊడనిబాడు : అర్ధానుస్వారములు పాటించేవారు ఊడనిఁబాడు అని వ్రాస్తారు. అప్పుడు చివరి శబ్దము పాడు. వీనికి పాఋ అని అర్థమున్నది. వాస్తవముగా పాఋ, పాడు రూపాంతరాలు. ఈ శబ్దమువల్లనే పాఱిపోవు

అను అర్థము విశదమగుతూ ఉండగా ఊఁదనిఁబాడు అంటే పాఱిపోవు అని అర్థము వ్రాస్తే ద్రుతాంతముగా ఉన్న 'ఊఁదనిఁ'కి నిరర్థకమౌ ఊద్ (ఊఁత్. హూత్) ధ్వన్యనుకరణ శబ్దాలు అప్పుడు అని 'అను' క్రియకు క్త్వార్థక రూపమవుతుంది. అది ద్రుతాంతము కాదు. ఊఁదనఁ (౯) అయి ఉండవలెను. మేము చూచిన తాళపత్ర గ్రంథములలో ఊఁదనఁబాడు, ఊఁదనఁబాఱు అను పాఠములు కనబడినవి.

కట్టువకాసులు : శబ్దరత్నాకరములో ఉన్న ఈ పదమును చూచుకొని కౄరులు అనే అర్థము వ్రాసి పదబంధ పారిజాతములోని కెక్కించుకొనుట ప్రమాదకరము. ఈ శబ్ద స్వరూపములోను, అర్థములోను అభిప్రాయ భేదము లనేకముగా ఉన్నవి. మేము చూచిన తాళపత్ర గ్రంథములతో "గట్టువ కాసులై"–కారులై కనబడుతున్నవి. బ్రౌణ్యములో 'గట్టువకాడు, గట్టువ కాను అనే రూపములు గ్రహింపబడినవి. దీనికి అర్థము మాత్రము కౄరుడు అని ఉన్నది. అయినా ఆ పట్టులోనే గట్టువసేతలు అనగా కపట కృత్రిమం బులు అని అర్థము చూపించినారు. వేదం వేంకటరాయ శాస్త్రిగారు తాము సంప్రతించిన శృంగార నైషధములో గట్టువకారు అనే పాఠము కలదని సూచించినారు. గట్టువకాఁడు అనే పదమునకు గట్టువకారు బహువచన రూపము కాబోలు? ఇతమిత్థమని చెప్పుటకు తగిన ఆధారములు లేవు

ఇట్టిదే 'బాడుదల' శబ్దము. శబ్దరత్నాకరములో (బాడు తలఁగించుట) అవమానించుట అని అర్థము కలదు. కాని యిది తప్పు. భారతము కర్ణ పర్వములో బాడుదల నొందెఁ బట్టుము పాండుతనయ ముఖ్య అనిన్ని శల్య పర్వములో 'సంజయ బాడుదల వట్టికొని దెచ్చి' అనిన్ని భారత ప్రయోగాలు. సంస్కృత భారతములో 'జీవగ్రాహమానయ' అని ఉన్నది. చంపకుండా ప్రాణాములతోనే పట్టుకొని తెమ్ము అని అర్థము. తెలుగులో యీ నుడికారము పోయినది. 'బాయిదలై' తమిళములో కూడా ఉన్నది. మనుదలై వంటిది. ఇంతకంటె ఎక్కువగా యీ విషయమును గూర్చి చర్చించుట కిక్కడ

యిప్పుడవకాశము లేదు. ఈ మాత్రమైనా ఎందుకు చెప్పుతున్నానంటే ఇటువంటి పదాలు పదబంధ పారిజాతములోనికి ఎక్కిస్తున్నారు. ఆంగ్లపదకోశములలో origin uncertain అని హెచ్చరిక ప్రదర్శిస్తున్నారు. మనము నిశ్చయించి తేల్చినట్టుగా అర్థవివరణము వ్రాయడము సాహసమని నా మనవి.

నుడికారము వాడుకలో ఉన్నదే పిల్లలకైనా అలవడుతుంది.

తలలో నాలుక మాతృ భాష అది
పలవరించినా తప్పులు కలుగవు
తలక్రిందుల పడి తాపము చేసినా
తప్పులు తప్పవు తెలియని వ్రాతకు.

'తెంచు' అనే అనుబంధ క్రియ నన్నయాది ప్రాచీన కవుల కాలంలో ఉండేది. "ఏనేఁడులగు దెంచె నర్జునుండేఁగి ఇంతకేతెంచు". (భారతం) అంటే అయిదేండ్లు కావచ్చినది అర్జునుడు వెడలి ఇంతలో వస్తాడు అని అర్థము. ఏఁగు, ఏఁగుదెంచు, ఏతెంచు, అరుగు, అరుగుదెంచె, గాలి వీచినది, వీతెంచినది అంటే మనవైపు వస్తున్నది అని అర్థము. పఞలెగనె–భీముడు నీరిలోన నుండి నెగయఁదెంచె మన level కు వచ్చెను. పుచ్చిరి, పంపించిరి, పుత్తెంచిరి, మన వద్దకు పంపించిరి నే వచ్చిన పని అయిపోయినదా ? అయిపోవచ్చినది. ఈ రూపమేమి ? అగుట పోవుట వచ్చుట సెబాన్ అన్నట్టు ఇప్పుడు మనలో కొందరికైనా తోస్తుంది గదా ? నన్నయ వాడుకలో నున్నది చూడండి. "తక్షక విషాగ్నిచేఁ బరీక్షితుడు దగ్ధుడు కాబోయే సమయమందు మునిశాప దినంబులు పోయినవా ? అంటే అయిపోయినవా ? అన్న మాట. పూర్తిగా గడచిపోయినట్లే కదా ? అన్న ప్రశ్నకు ప్రత్యుత్తరముగా పూర్తిగాపోలేదు. "పోవుదెంచె" అని ప్రయుక్తమయినది. ఈ నుడికారమును లెస్సగా గుర్తింపక బహుజన పల్లి సీతారామాచార్యులవారు – తెంచు స్వార్థమందు వచ్చు అనుబంధక్రియగా గ్రహించిరి. శబ్దరత్నాకరమందు చెప్పిన దానినిబట్టి తక్కిన పండితులును సూర్యరాయాంధ్ర నిఘంటు పండితులున్ను

అన్లే గ్రహించినారు. నేటి వాడుకలో ఈ "తెంచు" వినబడదు. దాని స్థానే "వచ్చు" వచ్చినది. చూడండి. ఎట్లు వాడుకొంటున్నామో. అధ్యక్షులవారు వచ్చే మాసము మన ఊరు వస్తారట. 10వ తేదీని బయలుదేరి ఆ రాత్రి కలకత్తాకు వస్తారు. 11వ తేదీని షిల్లాంగు వెళ్ళి ఆ మరునాటికే కలకత్తాకు వచ్చి అక్కడనుండి కటక్ వస్తారట. అక్కడనుండి భువనేశ్వరం వెళ్ళి ఆ మరునాడే అనగా 13వ తేదీకి ఖుర్దాకు 14వ తేదీకి బరంపురం వస్తారు. అక్కడనుండి రసూల్‌కొండ వెళ్లి 15వ తేదీని బరంపురం చేరుకొని అక్కడ 16వ తేదీని బయలుదేరి తిన్నగా విశాఖపట్టణం వస్తారు. అక్కడ రెండు దినాలు ఆగి 18వ తేదీని బయలుదేరి విజయవాడకు వస్తారు. వచ్చినవెంటనే బందరు వెళ్ళి ఆ మరునాడే విజయవాడ చేరుకుంటారు. అక్కడ రెండు దినాలాగి 20వ తేదీకి మన వూరికి వస్తారు. చూచినారా ? మనకు చేరువవుతూ ఉన్నప్పుడు వస్తారని అంటాము. చిన్న పిల్లలయినా ఎప్పుడు వచ్చు అనాలో ఎప్పుడు వెళ్లు అనాలో నుడికారం తప్పకుండా ఎప్పుడు ఏది ప్రయోగించాలో గ్రహించగలరు. నాన్నా ! నాన్నా ! రాత్రి నాటకానికి వెళ్తున్నారా ? నేను రావద్దూ ? రా ! అమ్మనుకూడా రమ్మను, ఇద్దరిని తీసుకువెళ్తాను. 'అమ్మ యీ రాత్రి రాదుట. రేపు వెళ్తుందిట అయితే నేను అమ్మతో రేపు వెళ్తాను. నీవుకూడా రేపు మాతోనే రారాదూ ? నీ వొక్కడవే ఈ రాత్రి వెళ్ళడ మెందుకు ?' అంటాడు బాలుడు.

'ఏమే వంట అయినదా? అని భర్తంటే 'కా వచ్చింది' అంటుంది భార్య. ఆఫీసుకు వెళ్ళడానికి వేళ కా వచ్చింది అంటాడు భర్త. వచ్చిన స్నేహితులు వెళ్ళిపోతూ 'వెళ్ళి వస్తాము' అని గాని, 'వేళయింది వస్తాం' అని గాని అంటారు. పోతామంటే శుభం కాదని.

మీ యింటికొస్తే ఏమిస్తావు ? మా యింటికొస్తే ఏం తెస్తావు ? అని ఎప్పుడూ స్వలాభం కోరే వాళ్లనుగూర్చి అంటారు. మా అన్నయ్య రమ్మని వ్రాస్తున్నాడు, వెళ్లాలి. కొద్దిరోజులలో వస్తున్నానని వ్రాశాను. ఇదే ఇంగ్లీషులో

I wrote that I would go there in a few days. తెలుగు నుడికారము నను సరించి, When shall I come there అంటే తప్పు. ఎవరయినా పెద్దవారు మన యింటికి వస్తే దయచేయండని ఆదరిస్తాము. ఇందులో దయలేదు, చేయడము లేదూ. మాటకు మాటగా ఇంగ్లీషు లోనికి అనువదిస్తే Make kindness అవుతుంది. అది ఎంత హాస్యాస్పదంగా ఉంటుందో చూచారా ? We shook hands అంటే కరచాలనముచేశాము అంటున్నారు కొందరు. చేలాగు ఇచ్చేనా? ఆదరించేనా ? అన్నాడు క్షేత్రయ్య మువ్వగోపాల పదాలలో. He gave me a cold reception. ఇంగ్లీషువారి దేశము శీతలప్రదేశము కనుక cold reception మంచిది కాదు. మన దేశము ఉష్ణమండలము గనుక నీ కడుపు చల్లగా అన్నా, చల్లని మాట చెప్పవమ్మా అంటే మంచిదే చావు కబురు చల్లగా చెప్పావురా అన్నపుడు. దుఃఖంతో చెప్పవలసిన మాట సంతోషవార్త లాగున చల్లగా చెప్పావేమిరా అని నిందిస్తాము. ఒకభాషలో ఉన్నమాటలు మరియొక భాషలోనికి అనువదించినప్పుడు, ఆ మాటలలోగల భావము తీసికొని రావాలి. జాగర్తిలోకోజ్వలతి ప్రదీపః, సఖీజనం పశ్యతి కౌతుకేన ముహూర్తమాత్రం కురుకాంత ధైర్యం బుభుక్షుకః కిం ద్వికరేణ భుఙ్క్తే ఇందులో ధైర్యం కురు అంటే ధైర్యంచేయి అంటే అనువాదం తప్పవుతుంది. ధీరత్వం చూపుమని అర్థం.

మరియొక విషయం.

పదమునకు గల అర్థమును నిర్ణయించుటకు సంయోగాది సాధనములు 15 కలవని భర్తృహరి వివరించి చెప్పినాడు. వాటిలో స్వరముకూడా పేర్కొన్నాడు. అయితే ఆంధ్ర ప్రతాపరుద్రీయశోభూషణ కర్తలయిన శ్రీ చెలమచర్ల రంగాచార్యులుగారు "ఉదాత్తానుదాత్త స్వరములు వేదములోనే అర్థనిర్ణయసాధనములు. లౌకికవాక్యములలో లేవు, అని వ్రాసినారు కాని లౌకిక భాషలన్నిటను ఉంటవి. మన తెలుగులో ఎట్లు ఉన్నవో చూడండి :— ఎంత పెద్ద చెట్టు ! ఎంత పెద్ద చెట్టు ? (అబ్బే) ఎంత పెద్ద చెట్టు. What a big tree !.......... అడియార్లో ఉన్న మఱ్ఱిచెట్టు నీవు చూడలేదు

కాబోలు దాని ముందర ఇది ఎంత ! ఒక్క 'రా' అన్న ఏకాక్షర పదము స్వరభేదముల వల్ల అర్థభేదములను పొందుతుంది. నీవు వస్తే యిస్తాను రాకపోతే ఏలాగివ్వగలను ? ఇటువంటి మాటలకున్ను వాక్యాలకున్ను అర్థ. భేదం సూచిస్తూ ఆంగ్లభాషావేత్తలు into nation curves చూపిస్తున్నారు. ఈ విషయంలో మన వారు కృషిచేయడం లేదు.

శ్లేష మన కవులు చక్కగా అభ్యసించారు, ఒక భాషాలోగల శ్లిష్టపదములను మరియొక భాషాలోకి అనువదించలేము. An ambassador is one that lies in a foreign country to lie for his country అని lie అనే పదము రెండర్థములు కలదిగా ప్రయుక్తమయినది. దీనిని మరియొక భాషలోనికి యథాతథంగా అనువదించలేము. కవలయావళి నాటకములో 'వసంతం మాధవం' అనే పదములను శ్లిష్టపదములుగా సింగభూపాలుడు ప్రయోగించినాడు. అందులో వసంతం అంటే వసంతుణ్ని అనే అర్థమున్ను ఉన్నవానిని అనే అర్థమున్ను కలవు. ఈ రెండర్థములను తెలుగులోనికి ఎట్లు తేగలము ? మన తెలుగులోగల శ్లిష్టపదానికి ఒక ఉదాహరణము చూడండి - వదినె తన ఆభరణములను వరాహరోమములుగల కుంచెతో శుభ్రం చేసుకొంటున్నది. మరది వచ్చి, "వదినా ! వదినా ! పందివా ?" అన్నాడు. అనగా యీ కుంచెలోగల రోమములు పంది తాలూకువా ? అనే అర్థములో అన్నానని సమర్థించుకోవచ్చునన్న ధైర్యముతో 'నీవు పందివా ?' అనే అర్థము ధ్వనించేటట్లు చమత్కారంగా అన్నాడు. అది ఆమె గ్రహించి, "అవును మరదీ, ఊరుబందివో, అడవిబందివో తెలియదు గాని పందివేను" అన్నది. ఆ మరది తాను తీసుకున్న గోతిలో తానే పడ్డాడు కీ. శే. చిలకమర్తి నరసింహంగారు.

భరత ఖండంబు చక్కని పాడియావు
హిందువులు లేగదూడలై యేడ్చుచుండ
తెల్లవారను గడసరి గొల్లవారు
పితుకుచున్నారు మూతులు బిగయఁగట్టి

అన్నారు. తెల్లవారు+అను the whites అనగా ఇంగ్లీషువారు అనే అర్థము ధ్వనింపజేస్తూ తెల్లవాఱను, తెల్లవాఱుచున్నప్పుడు అనే అర్థమునందు ప్రయోగించినారు. అప్పకవి వంటి లాక్షణికులు రేఫసాంకర్యము కలిగినదని ఆక్షేపించవచ్చును గాని ఈ సాంకర్యమునకు అలవాటుపడిన మన చెవులకు బాధ కలుగదు.

"కియన్మాత్రం జలం విప్ర?" అంటే ఒక పేద బ్రాహ్మణుడు జానుదఘ్నం నరాధిప! అన్నాడు. ఎంతలోతు అన్న ఉద్దేశంతో రాజు ప్రశ్నించాడు. కియన్మాత్రం అనుటవల్ల నీటి పరిమాణాన్ని అడిగినట్లు ఉంటుంది. ఆ బ్రాహ్మణుడు చదువుకొన్న పండితుడు గనుక రాజుగారి ఉద్దేశం గ్రహించి మోకాలులోతు అని అర్థమిచ్చే జానుదఘ్నం అనే సరియైన మాటలలో చెప్పాడు. రాజు తన భావమునకు ఉచితమైన మాటలు అనగా సరియైన నుడికారం ప్రయోగించలేదని గ్రహించాడు. మరియొక రాజు పల్లకిమోస్తూ ఉన్న ఒకరిని చూచి "త్వాం బాధతి కిం?" అన్నాడట. అప్పుడతడు "నత్వియం వాహనాత్ పీడా యథా బాధతి బాధతే" బాధతి ఆత్మనేపదంలో బాధతే అని ఉండాలి. ఈ చమత్కారాలు ఎట్లు అనువదించగలము?

నుడికారపు సొంపునుబట్టిన్ని స్వరమునుబట్టిన్ని ఎవరు ఎవరితో మాట్లాడుతున్నారో వారిని చూడకుండానే చెప్పగలము. "ఏమే వంటయినదా" అన్నమాటలు వినబడగానే భర్త భార్యను ప్రశ్నిస్తున్నాడని వెంటనే గ్రహించగలము. "ఏడవకు అం కావాలా? బువ్వ పెడుతానుండు" అన్న మాటలవల్ల తల్లి పాపాయితో మాటలాడుతున్నాదని గ్రహించగలము. "అమ్మా! మాధవ కబళం" అన్న మాటలు చెవిని బడగానే అడుక్కొని తినేవాడు వచ్చాడని చెప్పగలము.

పరియాచకముగా "వదినా! వదినా! (అప్పడం) నీవు కాల్చుకు తింటావా? వేపుకు తింటావా? (అన్నయ్య తెచ్చిన మామిడిపండు ఇదిగో)

పీల్చుకు తింటావా ? కోసుకు తింటావా ? అంటుంది మరదలు. ఇటువంటివి మరియొక భాషలోనికి అనువదించలేము.

ఈ చమత్కారపు నుడికారమంతా జీవద్భాషలకే చెల్లుతుంది. ప్రాతబడ్డ మాటలు వాడుక చేస్తే వ్యవహార హాని కలుగుతుంది. ఎప్పుడు వచ్చావన్న ప్పుడు "రేపు వచ్చాను" అంటే మన కిప్పుడు అర్థము కాదు. రేపు అంటే ప్రాచీన భాషలో ఉదయమని అర్థము. ఇప్పుడు ఎల్లి tomorrow అని అర్థము. ఒక్కొక్కప్పుడు ప్రాచీనకాల మందలి అర్థములో "ఓహో ఈ మల్లిపువ్వు ఎంతని చక్కని కంపు కొడుతున్నది !" అన్నా "కొలువు కూటమందు పెద్ద లందరు తలకు చీరెలు కట్టుకుని కూర్చున్నారు" అన్నా హాస్యాస్పదంగా ఉంటుంది.

కొన్ని కొన్ని మాటలలో చరిత్రాంశములు గోచరిస్తూ ఉంటవి. "ఈ చదువులు కట్టిపెట్టు" తాళపత్ర గ్రంథాలు చదువుకొంటూ ఉండిన కాలములో పుట్టిన పలుకుబడి. వీడు వాడి కోసం ఎగయ దోస్తున్నాడు. ప్రమిదలో ఆముదము పోసి వత్తిపెట్టి దీపం వెలిగించే రోజులలో పుట్టినమాట. అప్పు డప్పుడు ఆ వత్తి ఎగయదోస్తూ ఉండాలి. ఇప్పుడు భాగ్యవంతుల భార్యలు చెవులకు ఆభరణములుగా వేయి రూపాయలు ఖరీదుచేసే కమ్మలు ధరిస్తారు. ఈ కమ్మ శబ్దం ఈ ఆభరణానికి ఎట్లు వచ్చిందో చూశారా ? ప్రాచీన కాలంలో తాటికమ్మల లేత ఆకు చుట్టగాచుట్టి మడచి చెవుల తమ్మలకు పెట్టుకొనేవారు. ఇప్పటికీ సవరస్త్రీలు పెట్టుకొంటారు. కొంతకాలానికి ఈ లేతకమ్మల స్థానంలో క్రమక్రమంగా ఇత్తడివి, వెండివి, బంగారమువి, వజ్రపు పొదులు గలవి వచ్చినా మొదటనుండిన కమ్మ అనే మాట నిలచి పోయింది ప్రాచీన కాలంలో ముదిరిన తాటి కమ్మలమీదనే లేఖలుకూడా వ్రాసుకునేవారు. కనుక కమ్మ పంపించాడు అంటే లేఖ, చీటీ పంపించాడన్న మాట. ఇప్పుడు కాగితం మీద వ్రాసినా చీటీ అనే అర్థంలో కమ్మ వ్రాశాడు అంటాము. పూర్వకాలంలో నాలుగు పాకలు వేసుకున్న ప్రదేశం పాక్క మయింది. విల్లివాకం, పుదుప్పాకం, నుంగంబాకం అలాగున వచ్చినపేళ్ళే.

ఇప్పటికీ మురపాక, తాళ్ళపాక, అలపాక, అనే గ్రామాలు ఉన్నవి. ద్వివేదుల వారు, చతుర్వేదులవారు, సామవేదం వారు, వేదులవారు, చిత్రకవి వారు, శృంగారకవి వారు అంటే వారి పూర్వులు ఆ యా విద్యలలో గడతేరిన వారని అర్థము. అవి యిండ్ల పేళ్ళుగా వాడుకలోనికి వచ్చినవి. దేవులపల్లి వారు అంటే వారి పూర్వులు మొదట దేవులపల్లిలో ఉండేవారని ఊహించ వచ్చును. అల్లే ఓరుగంటి వారు. ఈ విధముగా యింటి పేళ్ళనుబట్టి కొన్ని వెనుకటి విషయములు తెలుసుకోవచ్చును. ఒకటి వకటిగాను, ఒడ్డ, వడ్డగాను, రూపాలు మారినవి. ఇవి గ్రామ్యరూపాలని వడ్డాది సుబ్బారాయడుగారు ఒక సారి అంటే "అయితే ముందుగా మీ యింటి పేరు మార్చుకొండి, అది గ్రామ్యరూపము. 'ఒడ్డవాది' అని ఉండాలి" అన్నాము. చిలకమర్తి వారితో కూడా ఈ విధముగా ప్రసంగించవలసి వచ్చినది. చిలుకంబల్లునుండి వచ్చిన రూపమది పర్రు, కుర్రు, తుర్రు అనేవి ఆ యా ప్రదేశము లందలి నైసర్గిక స్వరూపాన్ని తెలియజేస్తవి వాటికి ఔపవిభక్తి రూపాలువచ్చి పర్తి, కుర్తి, తుర్తి అవుతవి. కాకరపర్రు గ్రామంలో ఉన్నవారు కాకరపర్తి వారు, సాకుర్రు లో ఉన్నవారు సాకుర్తివారు, పులుకుర్రులో ఉన్నవారు పులుగుర్తి వారు, పెనుతుర్రులో ఉన్నవారు పెందుర్తివారు. ఈ గ్రామనామాల విషయం చెప్పా లంటే ఎంతయినా ఉంది.

సామెతలలో మాటలశక్తి, నుడికారపు సొంపులు, నంఘస్థితి, భావనా సంపద మొదలయిన సంస్కృతి విశేషాలు ఎక్కువగా గోచరిస్తూ ఉంటవి. కనుకనే ఒక భాష మాతృభాషగా గలవారి గొప్పతనము ఆ భాషలోగం సామెతలనుబట్టి తెలుసుకోగలము, సామెతల గ్రంథము ఆంధ్రప్రదేశ్ సాహిత్య అకాడెమీవారు ప్రకటించారు గనుక, సామెతల విషయం నేను అట్టే ప్రసంగించను. అందులో చేరవలసిన సామెతలు యింకా ఉన్నవి. కొన్ని పాడిందే పాటగా పునరుక్తి దోషమునకు ఆస్పదమయినవి.

కొన్ని మాటలు అసందర్భంగా భాషలోకి ఎట్లు ప్రవేశిస్తవో చూడండి. ఆక్స్ఫర్డు నిఘంటు నిర్మాతలు ప్రపంచమందంతటను గల ఆంగ్లేయ

మిషనరీలకు, ఉద్యోగులకు నివేదించుకున్నారు. మన ఆంగ్లేయులకు తెలియని జంతువుల పేళ్లు వృక్షముల పేళ్లు పట్టికలు వ్రాసి వాటి లక్షణాలు తెలియజేస్తూ పంపండి అన్నారు. మెడగాస్కర్‌లో ఒక మిషనరీ అక్కడ ఉండే వింత జంతువుల పేళ్లు వ్రాస్తూ ఒక జంతువు పేరు ఇ.ణా.ద్రీ. అని వ్రాసి పంపించాడు. అది ఆ జంతువు పేరు కాదు. ఆ మాట కర్థము 'అదిగో' '10'. అది ఎలాగు వచ్చిందంటే ఆ దొర అక్కడి స్థలజ్ఞుడ్ని ఒక వింత జంతువు కనబడగానే "దాని పేరేమిః" అని అడిగాడు. ఆ స్థలజ్ఞుడు దాని కోసం వెనుకకు తిరిగి చూచేలోపున అది పారిపోయింది. మరికొంత సేపటికి అది మరల వచ్చి ఆ స్థలజ్ఞునికి కనబడింది. ఆ జంతువు గురించేనా నీవు అడిగావు అన్నాడు. "ఏదీ ఆ జంతువు?" అన్నాడు దొర. 'అదిగో' అన్న అర్థంలో 'ఇణాద్రీ' అన్నాడువాడు. అదే ఆ జంతువు పేరు అనుకుని ఆ దొర వ్రాసుకున్నాడు. అది నిఘంటువులలో నిల్చిపోయింది. ఇప్పుడందరమూ పాండుచెరీ, పాండీ అని అంటున్నాము. అది వాస్తవంగా పుదుచ్చేరి. కొత్తచేరి అని అర్థము. ఆ ఊరు మొదట ఆక్రమించుకొన్న విదేశీయులు ఫ్రెంచివారు. వారు తమ Spelling సంప్రదాయాన్ని అనుసరించి Poudicherry అని వ్రాసుకున్నారు. 'ఊ' అనే ఉచ్చారణ తెలియజేయుటకు *on* వ్రాస్తారు. మరి కొన్నాళ్లకు on లో ఉన్న n అనే అక్షరము 'n' అనుకొన్నాడొక ఆంగ్లేయుడు. అతడు పాండిచేరి అని ఉచ్చరించాడు. ఇటువంటిదే మద్రాసులో ఉన్న Barber's Bridge అది కట్టించిన హామిల్టన్‌ను అంబట్టంగా తమిళులు ఉచ్చరించారు. అంబట్టం అంటే తమిళ భాషలో మంగలి. దానికి ఇంగ్లీషు అనువాదము Barber.

కొన్ని మాటలు చిత్రంగా పరిణమించినవి. వాడు చాలా పితలాటకం మనిషి అంటాము. తంటాలుకోరు మనిషి అర్థములో పిత్తలిహాటకం చేసే వాడని అర్థము, అనగా ఇత్తడిని బంగారంగా చేసే గారడీ వాడని భావం. ముదరష్టం – మృతనష్టంలో నుంచి వచ్చినది.

కొన్ని సంస్కృత శబ్దాలకు సంస్కృతంలో లేని అర్థాలు కల్పించుకునీ మనం వాడుకొంటున్నాము. నాకు అభ్యంతరము లేదు అంటే నేనేమీ అడ్డు చెప్పను, అసమ్మతిని చెప్పను, అన్న అర్థంలో వాడుతున్నారు అభ్యంతరం అంటే మందిర మందలి లోపలిగది అన్నమాట. ముందరి గదిలో ఇంటి యజమాని కూర్చుని ఉండగా వారిని చూడడానికి వచ్చిన వారు "మీతో ఒక ముఖ్య విషయం మాటలాడడానికి వచ్చినా'నని చెప్తే, "ఇక్కడ బహిరంగంగా చెప్పే విషయమా? లేక అభ్యంతరములో - రహస్యంగా చెప్ప వలసినదా? అన్నప్పుడు "అక్కర లేదండీ, అభ్యంతర మేమీకు ఇక్కడనే చెప్పవచ్చును" అంటాడు. క్రమక్రమంగా అభ్యంతరమంటే ఆటంకమన్న అర్థం పరిణమించింది. 'మర్యాద' అంటే మొదట పొలిమేర హద్దు అని అర్థము. బమ్మెర పోతరాజుగారి కాలానికి గౌరవమనే అర్థం వచ్చింది. 'మర్యాదగాదంచు' పిమ్మట మర్యాదస్తుడు, మర్యాద గలవాడు అనే వాడుక వచ్చినది. మగ పెండ్లి వారికి జరుపవలసిన మర్యాదలు చక్కగా జరిగినవా? అంటే, సమ్మానం బాగా జరుగుతున్నదా అని అర్థం.

ఒక్కొక్కప్పుడు ముందు మాటలు విడిచిపెట్టి చివరమాట అర్థం తెలుసుకోకుండా ప్రయోగిస్తూ ఉంటాము. ముహూర్తము రహితమయినదా? "నిశ్చయమయినదా?" అనే అర్థంలో ప్రశ్నిస్తాము. వర్జ్యరాహూ కాలవిదోష రహితమయినదా అనవలెను.

కొన్ని పదములు ఎట్లు పరిణమించినవో చూడండి. త్రగ్గు-తరగు-తగ్గు, మ్రగ్గు-మరగు-మగ్గు; క్రాగు-కరగు-కాగు. ఏమే 'అచ్చమక్కా?' రావే బుచ్చమ్మక్క అంటారు అని ఇద్దరును పొత్తుగా మాటలాడుకొను సంబంధమువల్ల పుట్టింది. అచ్చికబుచ్చికలు అనే సమాసము. ముందు కలుపుకోలు తనము మాటలు అనే అర్థంలో పిమ్మట ముచ్చటలు అనే అర్థంలో వాడుకొంటారు కల్లబొల్లి మాటలు అని అర్థమురాదు. "అక్కఱంజూడ" వేటికల యచ్చికబుచ్చిక నేయునంచలఁ (విజయ విలాసం). అచ్చుగాఁ దీర్తు మీ యప్పని కొన్ని యచ్చికబుచ్చికలాడి (హంసవింశతి)

కొన్ని బాలక్రీడల పేళ్ళు గ్రంథాలలో కనబడుతున్నవి. అందులో కొన్ని మన కిప్పుడు తెలియవు.

దినముల్ కొన్నిసనంగనంతఁ గడునర్థిౕ బొమ్మ పెండ్లిండ్లు గు
జ్జెన గూళ్ళచ్చన గండ్లు పింపిళులు కుచ్చీల్ గీరంనం గింజలో
మన గుంటల్ కనుమూసి గంతనలు కంబాలాట లోనైన ఖే
లనముల్ మీఱఁగ బోంట్లతో నలరె బాలారత్న మెల్లప్పుడుౕ.

(కళా.)

ఇవికాక తొక్కిళ్ళు, బేడిసె తిరుగుళ్ళు, దాయాల వాళ్లు మొదలయినవి హంసవింశతి మొదలయిన తక్కిన కావ్యాలలో ఉన్నవి.

ఇప్పుడు మన పిల్లలు ఆడుకొంటూ ఉన్న ప్రాచీనకాలపు ఆటలలోని మాటలు అందరికి తెలియవు.

కాళ్లాగజ్జా కంకాణమ్మ వేగులచుక్కా వెలగా మొగ్గా
మొగ్గాకాదు మోదుగనీడా.

ఇందులో కాళ్ళకు గజ్జి పట్టుకుంటే అందుకు కావలసిన ఓషధుల పేళ్లు కలవట,

కొండమీద వెండీ గిన్నా కొక్కిరాయీ
కాలూ విరిగే దానికేం మందు ?
వెల్లుల్లి పాయ...... ...

సారంగధరుని కాళ్లు పోతే అతకడానికి చెప్పిన మందుల పేళ్ళు గలవట !

ఉత్తుత్తి పండు, ఉత్తరేణి పండు
దానిమ్మపండు, దబ్బపండు.

ఇందులో బాలికల వయస్సు, యువతుల వయస్సు ధ్వనించే పేళ్ళున్న వంటారు.

కొన్ని మాటలు ఇప్పుడు మనం గ్రామ్యాలను కొంటున్నవి మునుపటి గ్రంథాలలో కవులు వాడుక చేసినవే. ఉదాహరణము 'పలకర నేసినావా ?'

అంటే వేప పుడకతోనో కాగు పుడకతోనో పళ్ళు తోముకొన్నావా ? అని అర్థము పింగలి సూరన ప్రభావతీ ప్రద్యుమ్నంలో "పలకర నేయక పసుపు రాచికొనక" అన్నాడు.

కొన్ని అసందర్భపు సమాసాలు గ్రంథాలలోనికి ఎక్కుతున్నవి. అల్లకల్లోలము ఇందులో అలలన్నా, కల్లోలాలన్నా ఒకటే. కెరటాలంటే కీ. శే. వావిలకొలను సుబ్బారావుగారికి బోధపడలేదు. అన్నదమ్ముడు అంటే వారు ఆక్షేపించారు. అన్నైనా కావాలి, తమ్ముడైనా కావాలి. ఒక్కడే రెండున్నూ ఎట్లు కాగలడు అన్నారు. అన్నో, తమ్ముడో తెలియనప్పుడు అంటారు. శ్రీనాథుని నాటి రడ్డి నేడు రెడ్డి అయినది. ఆనాటి రడ్డీ-రాజా అన్న పలుకుబడి నేటికిన్నీ నిలిచియున్నది. ప్రాచీనకాలపు అర్ధానుస్వారాలు గంజాం జిల్లా మారుమూల తెలుగు ప్రదేశాలలో ఇప్పటికిన్ని ప్రాణాలతో ఉన్నవి. ఈఁగలు, తోఁకలు, ఈఁకలు నీళ్ళు కాఁగుతున్నాయి అంటారు. అసలైన తెలుంగు కాఁపులు. అంబోతు, దాంగొన్నాడు. మొదలయిన కొన్ని తెలుగు మాటలలో నిండు సున్న ఉంచికూడ మాటాడుతారు. కురుమాపు గడ్డము అన్నాడొక మంగలి. కళింగపట్నంలో కురుమాపు పుట్టంబులఁ గట్టి అన్నాడు నన్నయ. కురుమాపు-అల్పంగా మాసిన అని అర్థము. కంబారి. కోనారి (=గొల్ల) బైతారి (=అగనాలి) నొన్నారి, 'కని నొన్నారి కృతుల్ నగల్' అన్నారు చిలకమర్తివారు. నన్నయ అట్టిడు, అట్టిరు (అట్టిరే వేల్పులు) అన్నాడు. అట్టిడు అంటే అట్టివాడు అని అర్థము. దాని కంటివే. పొట్టడు, కుఱ్ఱడు, గొల్లడు, పిల్లడు, ఒక్కడు, టిక్కడు మొదలయిన రూపాలు.

ఒక్క ప్రత్యయము ఒక మాటకు క్రొత్తగా చేరితే సాదృశ్యం బట్టి మరికొన్ని మాటలకు చేర్చుతారు. పెంకెతనం, మొండితనం, చిన్నతనం పెద్దతనం, పెత్తనం, బెత్తుపెత్తనం, రాలుగాయి తనం, కలుపుకోలు తన మొదలయినవి. అరికం ప్రత్యయంతో కొన్ని భావార్థక రూపాలు ఏర్పడ్డవి ఇల్లరికం, మేనరికం, కన్నెరికం, పెద్దరికం, చుట్టరికం మొదలయినవి. కాం

అనే ప్రత్యయంతో నుడికారం, వెటకారం, కనికారం, కనికరం, పటికారం, వెలిగారం, నయగారం మొదలయినవి. కల్లు అంటే రాయి అన్న అర్థం ఇప్పుడు కొందరికి తెలియదు. అయినా, సన్నెకల్లు, ఒరుగల్లు, ఓరుగల్లు, కుత్తుకల్లు (మునుపు చిన్నరాతి గోళమే పుణ్యస్త్రీలకు కంఠాభరణము) ఇప్పుడు బంగారంతో చేసినా కుత్తిగల్లు, గుత్తిగంటు అనేమాట నిల్చిపోయినది. కొన్నిమాటలు కుద్దించి వాడుతారు. బృహస్పతివారం – బేస్తవారం అయింది. నన్నయనాటికే పూజించితివే పూజించితే అయినది. ఋత్విజుండని విచారించి (పూజించితే) ఆలాగునే చూచితివేనిఁ క్రమంగాతగ్గిచూస్తే అయింది. కొన్ని జంట మాటలు శబ్దాలంకారాలతో శ్రావ్యంగా ఉంటవి. వావీవరుస, ఊరూ పేరూ, అప్పూసొప్పూ, మడీమట్రా, దిక్కూ-మొక్కూ, అద్దూపద్దూ, మాటామంతీ, అడపాతడపా, ఏండ్లూపూండ్లూ, కబురూ కాకరకాయా మొదలయినవి.

సింగినాదం జీలకర్ర అంటే సింగిణికి నాదం లేదు. జీలకర్ర కర్ర కాదు అన్న మాట. గాడిదగుడ్డూ కంకరపాసూ - అంటే గాడిద గుడ్డూ పెట్టదూ, కంకరపాచీ కట్టదన్నమాట. "నా అప్పు ఎప్పుడు తీరుస్తావురా ! అంటే ఎల్లుండి ఏకాదశినాడా!" అంటారు. ఇంగ్లీషులో at the Greek Kaleuds అన్నట్టు. కోతిపుండు బ్రహ్మరాక్షసి అయినది అంటే గోకడం చేత పుట్టిన కురుపు సెప్టిక్ అయి రాచపుండువలె అయినదన్నమాట.

కొన్ని నుడికారాలు హాస్యరసంతో వినసొంపుగా ఉంటవి. పనసకాయ దొరికి నప్పుడే తద్దినం పెడతానని భర్త అంటే, ఐతే నులకమంచం దొరికి నప్పుడే నేను నీళ్ళాడతా నన్నదట భార్య. అల్లుడు వచ్చిన దాకా అమవాస్య ఉంటుందా ?

కొన్ని పద్యాలలో తెలుగు నుడికారం ఎంతసొంపుగా ఉంటుందో చూడండి :—

"ఇదిరాయి రప్ప పల్లంబిది మిట్టిది మాకుమత్ర యిది,
పామిదిగామిది యని వివరింపఁగఁ బెట్టిదమై
ఉన్నయట్టి అక్కటిక చీకటి లోనఁ" (పంచ. వే.)

శ్రీనాథుని శృంగారనైషధంలో నలుడు హంసను పట్టుకొన్నప్పుడు నలునితో హంస పల్కిన పల్కులలో తెలుగు తీయందనము, నుడికారపు సొంపులు ఎట్లున్నదో చూడండి :—

మూలంలోని ఒక చిన్న శ్లోకంలో

మదేక పుత్రా జననీ జరాతురా, నవప్రసూతర్వ
రటా తపస్వినీ. గతిస్తయోరేష జనస్త మర్ద
యఁ అహోవిధేత్వాం కరుణారుణద్దినో"

అని ఉన్న అంశాలు శ్రీనాథుడు ఒక సీసపద్యంలో చక్కగా వివరించాడు :-

"తల్లి మదేక పుత్త్రిక, పెద్ద, కన్నులుగాన విప్పుడు
మూడుకాళ్ళ ముసలి
ఇల్లాలు కడుసాధ్వి, ఏమియు నెఱుఁగదు పరమ
పాతివ్రత్య భవ్యచరిత ;
వెనుక ముందరలేరు నెవరైన చుట్టాల లేవడి యెంతేని జీవనంబు
కానకకన్న సంతానంబు శిశువులు జీవస్థితికి నేన తావలంబు
కృప దలంపఁగదయ్య యో నృపవరేణ్య
అభయ మీవయ్యయో తుహినాంశు వంశ
కావఁగదయ్య ! అర్థార్థి కల్పశాఖి
నిగ్రహింపకుమయ్య యో నిషధరాజ !"

ఈ హంస దమయంతి వద్దకు పోయినప్పుడు అన్న మాటలు చూడండి :—

"అదిగితి నొక్కనాఁడు కమలాసును తేరికి వారువంబునై
నడచుచు ఉర్విలో నిషధనాధుని కెవ్వతె యొక్క భార్య య

య్యెడు నని చక్రఘోషణమున నించుక యించుక కాని యంత యే
ర్పడ విననైతి 'సీ' వనుచు బల్కిన చందము తోఁచెమానినీ !

ఇటువంటి కమ్మని పద్యా లింకా ఎన్నో మన కావ్యాలలో ఉన్నవి. ఇటువంటి పద్యాలు శబ్దకాఠిన్యానికి అదుఃపిండమని పేరుపొందిన ఈ శృంగార నైషధంలో ఇంకా ఎన్నో ఉన్నవి. ఇతర గ్రంథాలలో వందల కొలదిగా కనపడతవి.

తెలుగు తీయందనము అర్థం సులువుగా గాని కఠిన సంస్కృత పదాలవల్ల చెడుతుంది. అంతేకాదు సంస్కృత పదాలు డంబంగా పలుకుతూ తిట్టినా విన్నవారు సులువుగా అర్థం చేసుకోలేరు. ఒక భట్రాజు పిసినిగొట్టు పిల్ల జమీందారు వద్దకు పోయి ఎంత పొగడినా ఏమీ ఇయ్యలేదు. అప్పుడా భట్రాజు మనసులో మండిపోతూ ఆ జమీందారుకు అర్థంకాని సంస్కృత పదాలు గుప్పుతూ 'వైనతేయారి గ్రైవేయ వైధవేయా !' అని రాగవరుసను పాడగా ఆ జమీందారు పరమానంద భరితుడై సమ్మానించాడు. ఆ మాటల కర్థం తెలిసికోలేకపోయినాడు. "పాములను కంఠాభరణంగా దాల్చిన వేధవేయా !" (ముండకొడకా) అని అర్థము. అచ్చ తెలుగైనా వాడుకలో లేని మాటలతో చెప్తే అర్థంగాదు.

కైరాకుత్తుకఁ జుట్టువాటి మెరయుꣳ గట్టాణి పేరెంతయుꣳ 'అంటే కవిరాజుగారి మెడచుట్టును గల ముత్యాలపేరు ఎక్కువగా మెరుస్తున్నది' అని అర్థము. "నిండునెల మూతిదాన" అన్నారు ఆదిభట్ల నారాయణదాసు గారు తద్భవమైనా రాని అచ్చ తెలుగులో, అంటే అర్థమేమి ?" పూర్ణచంద్రముఖీ" అన్నమాట.

విదేశీయ పదములవల్ల భాషాభివృద్ధి ఎట్లు కలుగుతున్నదో సూచన మాత్రంగా చెప్పి నా ప్రసంగం ముగిస్తాను. ప్రపంచమందలి భాషలలో భావనా సంపత్తికి అందుకు తగిన పదసంపత్తికి పేరు పొంది అగ్రస్థానము

పొందినది ఆంగ్లభాష. అది ప్రపంచమందలి అన్ని ముఖ్యభాషలనుండిన్నీ కావలసిన పదములను యథోచితముగా చేర్చుకుని జీర్ణించుకొన్నది. అందు చేత అది గౌరవము పొందినదే కాని లాఘవము పొందలేదు.

Boycott, Mackintosh, Fabian, A'ugust August' Sandwich, మొదలయిన మాటలు మనుష్యుల పేళ్ళ నుండి వచ్చినవి. అట్టివి మన భాషలో అజానేయాలు, ఆణిముత్యాలు, పెగ్గూలు, మైసూరుపాక్కులు, పూరీలు, భీష్మించుకొన్నాడు మొదలయినవి. కల్పిత సమాసాలు – tea-cup, tomfoolery, April-fool, easy chair, Boredom, Bi-weekly, disbelief మొదలయినవి. అటువంటివే మనభాషలో నేరస్థుడు, అపనమ్మకము, వెర్రి వెంగళప్ప, దరిద్రగొట్టు దామోదరుడు, మరచెంబు, కంచు మరచెంబు, ఉత్తర జందెములు, లింగకాయ, జీనకర్ర, పాణిగొడ్డము, పట్టినామాలు మెదలయినవి.

విదేశీయాలు

Latin-circus-deviate-exert – దీనారాలు – దీనారటంకాల తీర్థమాడించితి.

Greek-autonomy-orthodox-Trignometry-Jaronian – త్రికోణయవనులు.

French-Bronze, Glaciar, Buffet పరాసులు, బూచి, మదాం (పేకాట-చీట్లాట) జాకీ.

Dutch-Ges, Skate – బలందులు – బత్తాయి.

Portuguese-Cobra, Zebra – బుడతకీచులు, ఫరంగీలు, చిట్లఫిరంగి.

Indian languages: Chintz, Coolie, Jungle, Khaki loot, Pandit, rag, thug, tomton, catamaran rice, aricanut, Zanana, Mangoose, Serpent, Sapiece, Cheroot etc.

Persian-Back-sheush, Durbar – దర్బారు.

Turiksh-Bosh, jackal – తురకలు.

Arabic-Amir, harem _ అమీరు

Chinese-tea _ టీ, తేయాకు.

ఈ విదేశీయ పదములు రావడమువల్ల భాషాభివృద్ధి కలుగుతుందన్నాడు Doyden. భాష చెడిపోయిందన్నారు Swift Johnsen లు. చెడిపోయేదేమీ లేదు. ఈ మాటలు మన సొంతం చేసికొని మన భాష పెంపొందించుకొంటామన్నారు ఆ తర్వాతి విద్యావంతులు.

అదే నేటి వివేకుల అభిప్రాయము.

తెలుగు పలుకు

తెలుగు పలుకుబడులు

—తాపీ ధర్మారావు.

మానవుడిని పెద్ద చేసింది మాట. మాట ద్వారా మనుష్యులు భావాలను ప్రకటిస్తారు. భావాల హెచ్చు తగ్గులను బట్టి, అనేవాడి సామర్థ్యాన్నిబట్టి మాటలు బయటపడతాయి. వినడాని కిష్టములేనప్పుడు "ఊరుకో" అంటాము. ఇంకా చికాకైనప్పుడు "నోర్మూయ్" అంటాము. అలాగే, అటునుంచి ఇటు, మాటలనుబట్టి మనిషికూడా బయటపడతాడు. ఆ మనిషి ఏ భాషవాడో, ఏ ప్రాంతంవాడో, ఏ వ్యాసంగం వాడో, అతడాడిన తీరునుబట్టి అనిన మాటలను బట్టి తెలుసుకోవచ్చును. "మాకీ అదీ పన్కిరాదూ" అని ఉచ్చరించిన మనిషికి తెనుగు మాతృభాష కాదని స్పష్టమౌతుంది. "చారు ఉన్నాయా" అన్న మనిషి కృష్ణా, గుంటూరు జిల్లాల వాడని గ్రహించగలము. ఈ కాలపు గుంటలను నమ్మరాదు" అన్నవాడు, గంజాం, విశాఖపట్న ప్రాంతాలవాడని చెప్పనక్కరలేదు.

"చుట్టత్రాగుట" అనడం తెలుగువారి అలవాటు. "పొగత్రాగనివాడు దున్నపోతై పుట్టున్" అన్నాడు మహాకవి గురజాడ.

"మీరున్ ప్రొగత్రాగెదరా
వారిజభవ, వామదేవ, వైకుంఠపతీ !
ఓరీ నారద వినరా
ఈరేడు జగంబులందు నిది ముఖ్యమురా !"

అని చాటువు. ఓఢ్రులు, "పిక్కాఖై బూకీ" అంటారు. దీనిని తెలుగు చేస్తే, చుట్టతింటావా" అనాలి. తెలుగువారికి హాస్యాస్పదంగా ఉంటుంది.

మనము ఒరియా భాష నేర్చుకొని "పిక్కా-పీబూకీ" (త్రాగుతావా) అని అంటే ఒరియా వారు నవ్వుతారు. అందులో తప్పున్న దని కాదు. ఆ భాషలో అలా అనరు. వారి కా అలవాటులేదు. అంతే! అదే వారి ప్రత్యేక పద్ధతి, మాటతీరు, పలుకుబడి. నుడికారమన్నా, ప్రాంతీయమన్నా, దేశీయ మన్నా, భాషీయమన్నా, జాతీయమన్నా, ఆ ప్రత్యేకతే!

పలుకుబడి అంటే పలికే తీరు: ఆ భాష మాతృభాషగా కలవారు. అలవాటుపడి పలికిన పద్ధతి, తప్పైనా ఒప్పైనా సకారణమైనా, అకారణమైనా ఆ భాషవారు అలాగే అంటారు. ఇంకొకలాగ మార్చి అంటే, ఆ అర్థం రా వచ్చును గాని, ఆ భాషాగుణము రాదు. ఏదో పరాయి భాషవాడు మాట్లాడుతూన్నట్లే ఉంటుంది. ఈమార్చి అనడం నిర్దుష్టమైనా, ఆ భాష వారికి అది నచ్చదు.

కాబట్టి మన పలుకుబడులకు తెలుగుతనం ముద్ర ఉంటుంది. వాటి ప్రయోగమువల్ల తెలుగుతనం స్పష్టంగా కనబడుతుంది. తెలుగువారి హృద యాలకు సూటిగా నాటుతుంది. ఆ రూపంగా సంభాషణకు గాని, రచనకు గాని ఒక అందం, ఒక రససిద్ధి సమకూరుతుంది. ఆ అందం ఉండబట్టే దానిని మనం నుడికారం అని కూడా అంటున్నాం.

ఈ నుడికారం గురించి ఒక్క చిన్న సందేహం:

"ప్రౌఢి పరికింప సంస్కృత భాషయండ్రు,
పలుకు నుడికారమున ఆంధ్రభాషయండ్రు;
ఎవ్వరేమైన నండ్రు నాకేమి కొదవ
నా కవిత్వంబు నిజము కర్ణాట భాష"

అన్న శ్రీనాథుని పద్యముంది కదా! ఇక్కడ నుడికారమన్న మాటకు "పలుకుబడి" అని అర్థంచెప్పి, "పలుకు నుడికారము" అంటే "పలుకు నట్టి పలుకుబడి" అని వ్యాఖ్యానిస్తామా? కాక "పలుకు నుడికారము" అంటే

"పలుకులందుగల నుడికారము (గుణము, అందము)" అని అర్థం చెప్తామా? పెద్దలు నిర్ణయించవచ్చు.

ఏమైనా మాటలో కారమున్నా, నుడికారంలో ఒక మాధుర్యముంది. ఆ నుడికారం ఎంత సమృద్ధిగా ఉంటే రచన అంత హృదయంగమంగా ఉంటుంది.

తల్లి మదేక పుత్రక, పెద్ద కన్నుల
గాన, దిప్పుడు మూడు కాళ్లముసలి ;
ఇల్లాలు కడుసాధ్వి ఏమియు నెరుగదు
పరమ పాతివ్రత్య భవ్యచరిత;
వెనుక ముందరలేదు నెనరైన చుట్టంబు
లేవడి యెంతేని జీవనంబు ;
కానక కన్న సంతానంబు శిశువులు
జీవన స్థితికేన తావలంబు ;.........

అన్నప్పుడు ఆ ముసలితనము. ఆ దిక్కు-లేనితనము, ప్రత్యక్షంగా కనబడకతీరదు. "మూడుకాళ్ల ముసలి" అనడానికి బదులు "బాగా నడుము వంగిపోయిన ముసలిది" అనినా, "వెనుక ముందరలేదు" అనకుండా "ఆదరించే వారెవ్వరూ లేరు" అనినా ఆ బలమే ఉండదు; ఆ అందమూ రాదు, అందుచేతనే నుడికారాలు శక్తిమంతములైనవని అంటాము.

వీటి పుట్టుక

ఈ నుడికారాలు ఎప్పుడు, ఏ పరిస్థితులలో ఎవ్వరు మొదట ఉపయోగించారో చెప్పలేము. కాని అవి చాల పురాతనమైనవని, జనసామాన్యంలో నుంచి వచ్చాయని, ప్రజలలో వ్యాపించి నాటుకు పోయాయని మాత్రం మన మంగీకరించక తప్పదు. "జన సామాన్యం లోనుంచి వచ్చాయి" అన్నప్పుడు నా ఉద్దేశం, పాండిత్యంవల్ల ఏర్పరచినవి కావు" అనే. ఎవడో ఒకడికి నిరక్షర కుక్షే కావచ్చును - బాగా కోపం వచ్చినప్పుడు, తన ఒళ్ళంత

మండుతూన్నట్లు అనిపించింది. ఆ భావాన్నే వాడు "ఆమాటే అనకు, నా ఒళ్లు మండుతూంది" అని అంటాడు. ఆ మాటలవల్ల అతని కోపం ఎంత అధికంగా ఉందో, విన్నవారికి అచ్చొత్తినట్టు తెలుస్తుంది. మనస్సులో నాటుకుపోతుంది. అవసరం అనిపించినప్పుడు, ఇతరులు కూడా అలాగే అంటారు. అది ఒక పలుకుబడి అవుతుంది. ఈ పలుకుబడిలో ఉన్నమాటలు రెండు! ఒళ్ళు మండడం. కాని భావం అధిక కోపం అని. ఇక్కడ ఒళ్ళులేదు, మండడం లేదు. అలాగే యాచించాడు అన్న అర్థంలో చేయిచాచాడు అంటాం. యాచించిన వాడు చేయిలేని వాడు కావచ్చును. ఉన్నా, చేయి ముడుచుకొనే ఉండవచ్చును. అయినా ఆ అర్థంలో తెలుగువాడు ఆ నుడికారాన్నే ప్రయోగిస్తాడు. ఒళ్ళు మండుతూంది అనడానికి "దేహం దహించుకుపోతుంది", అని అనగలం కాని, దానిని విన్న తెలుగువాడు అర్థం చేసుకోవాలంటే, మొదట దానిని ఒళ్లుమండడంగా మార్చుకొని, ఆ తరువాతనే కోప తీవ్రతను గ్రహించాలి. ఈ మార్చుకోవడం ప్రయత్నపూర్వకంగా కావచ్చు. అప్రయత్నంగా, అభ్యాసరూపంగా కావచ్చు. కాని ఆ మార్పు జరగక తీరదు. ఎందుచేతనంటే తెలుగునుడికార ముద్ర ఆ ఒళ్ళు మండడానికే ఉంది. ఆ రూపమే ప్రజాసామాన్యంలో వ్యాప్తిపొందింది. అదే ప్రసిద్ధమై స్థిరమయింది. మార్చడమంటే ఒప్పుకోదు. మార్చి చెప్పినవాడు తాత్పర్యాన్నే ప్రకటిస్తాడు కాని, పలుకుబడిని పలుకడు. "తెలుగు తెలుగు" మాట్లాడడు. అనగా పలుకుబడులు సాధారణంగా భాషాంతరీకరణానికి లొంగవన్న మాట. వెనుకాడుట (అంటే సంకోచించుట, తప్పించుకొనుట) అని ఒక పలుకుబడి మనకుంది. "ఆ నాడు చెప్పాడు కాని ఇప్పుడు వెనకాడుతున్నాడు" అని వాడతాం. దీనిని వెనుకనాడుట" అని మార్చామా, ఆ పలుకుబడి పాడైపోవడమే కాదు అర్థంకూడా మారిపోతుంది.

అవలబోయిన వెన్కనాడు వెన్నడు లేదు
మొగము ముందరనంట మొదలె లేదు

చనవిచ్చి చవుక చేసినది యెన్నడు లేదు
పదరిహెచ్చించుట మొదలె లేదు......
(విజయ విలాసం)

ఇక్కడ "వెనుకనాడుట" అంటే, "వెనుకాడుట" 'అని అర్థం చెప్ప లేము. వెనుకనాడుట అంటే 'దూషించుట' అనీ "మొగము ముందరననుట" అంటే "ముఖ ప్రీతికోసం" మాట్లాడడం అని, నుడికారార్థాలు చెప్పుకోవాలి.

"పలుకుబడులు సాధారణంగా జనసామాన్యంలో నుంచే వస్తాయి; పాండిత్యం వల్ల ఏర్పడినవి కావు" అని అన్నాను. దీనికి పండితులు కోపించ నక్కరలేదు. కొంచం పరిశీలించి చూస్తే, మహావ్యాప్తిలోనున్న కొన్ని నుడి కారాల రూపాలు. అగమ్యగోచరంగా ఉంటాయి. "కాదారి మాదారి పొద్దు" (చాలా చీకటిగా ఉన్న సమయము) అంటారు. ఈ కాదారి మాదారిని సమ ర్థించడానికి మన వారు ప్రయత్నించి, "కాని దారి మాని దారి" అని వ్యాఖ్యా నించారు. ఇక్కడ మాని దారి అంటే, సరియైన దారి అని అర్థం చెప్పు కోవాలి. కాని దారిని కాదారి చేసి, మాని దారిని మాదారిచేసి అన్వయించు కోవడానికి వ్యాకరణం ఒప్పుకోవాలి. ఆ తరువాత "ఈ రెండు దారులూ" ఏర్పరచుకోలేనంత చీకటి" అని అధ్యాహారంగా చెప్పుకొని" ఆ ప్రొద్దు" తో అన్వయించాలి. ఇంత గందరగోళం ఉన్న రూపం పండిత శాఖనుంచి వచ్చిం దనడం మనకు గౌరవప్రదం కాదు. పలుకుబడులలో అనేకం వ్యాకరణానికి విరుద్ధంగా ఉంటాయి. ఇంకెన్నో తర్కానికి లొంగవు. ఎన్నిటిలోనో అతి వ్యాప్తి, అవ్యాప్తి దోషాలుంటాయి. ఇలాంటివన్నీ భాషాసంస్కారం కలిగిన వారు నిర్మించారనడం ధర్మంకాదు.

అంతేకాదు. ఈ పలుకుబడులలో నూటికి తొంభై అయిదుపాళ్లు అత్యంత సాధారణంగా, అందరు తెలుగువాళ్ల నోళ్లకు వచ్చినటువంటి, పద హారణాల తెలుగు మాటలే. మన "పదబంధ పారిజాతం" లో ఏ నాలుగు పుటలైనా చూస్తే, ఈ సత్యం తేటపడక మానదు. ఈ కారణంచేతనే వీటికి

తెలుగు ముద్ర లభించింది. వాటినలా ఉపయోగించే మన పండితులు, కవులు తమ తెలుగుతనాన్ని ప్రకటించుకొన్నారు; తమ వాక్యాలకు వన్నె తెచ్చుకొన్నారు. పదాలను మార్చి భావాన్నే ప్రకటించిన వారికి ఈ తెలుగు ముద్ర లభించదు. ఈ విధంగా పలుకుబడి తెలుగు ప్రజలలో పుట్టి, తెలుగు ముద్రను పొంది తెలుగు దేశంలో వ్యాపించి, తెలుగు జాతీయమన్న గౌరవం సంపాదించుకొని, తెలుగు కవిత్వానికి ఒక అందాన్ని కలిగించింది.

పండితు లూరుకున్నారా ?

ఇన్ని చదువులూ చదివిన పండితులు, పలుకుబడులను నిర్మించకుండా ఊరుకున్నారా అంటే, ఊరుకోలేదనే చెప్పాలి. పలుకుబడులవల్ల రచనకు కలుగుతూన్న ఆదరాభిమానాలను గుర్తించారు. వాటిని విశేషంగా తమ రచనల యందుపయోగించి, తెలుగువారి మెప్పును పొందారు.

"చిన్ని వెన్నెలకందు వెన్నుదన్ని సుధాబ్ధి
పొడమిన చెలియ తోబుట్టు మాకు......
నన విల్తుశాస్త్రంపు మిణుకు లావర్తించు
పనివెన్నతోడ బెట్టినది మాకు........"

అని అల్లసాని పెద్దన్న ఎంతో హాయిని కలిగించాడు. "వెన్నుదన్ని", "వెన్నతోడ పెట్టినది" అన్న జాతీయాలను ప్రయోగించి, వాని లాభం అపారంగా పొందాడు. వెన్నెలకందు అని ఒక పదబంధంకూడా నిర్మించాడు. దీనిలోనూ చక్కని అర్థం ఉంది. తెలుగుతనమూ ఉంది. కాని ఇది ప్రజల్లో వ్యాప్తిపొందలేదు. ప్రజాముద్ర ఇంకా దీనికి చిక్కలేదు.

కెలకులనున్న తంగెటి జున్ను గృహమేధి,
యజమాను డంక స్థితార్థపేటి;
పండిన పేరటి కల్పకము వాస్తవ్యుండు,
దొడ్డిపెట్టిన వేల్పు గిడ్డికాపు ;

కడలేని యమృతంపు నడబావి సంసారి,
సవిధ మేరునగంబు భవన భర్త;
మరుదేశ పథ మధ్యమ ప్రపకులపతి,
ఆకటి కొదవు సస్యము కుటుంబి; .....

అన్నాడు అల్లసాని కవి. అనాయాసంగా కావలసినప్పుడు సులభంగా దొరకడానికి వీలైన గొప్ప విషయం అన్న భావం ప్రకటించడమే కవి ఉద్దేశం. దీనికోసం తంగెటి జున్ను, అంకస్థితార్థపేటి, పెరటి కల్పకము మొదలైన ప్రయోగాలు చేశాడు. శక్తిమంతమైన ఉపమానాలు, చక్కని పద బంధాలు. కాని వీటికి నుడికార ముద్ర దొరకలేదు అంటే అవి ప్రజలలోనికి ప్రాకలేదు. ప్రజలకు తెలిసిన నుడికారం, ఈ అర్థంలో "కొంగు బంగారం". చేమకూర కవి

"కోప మొకింత లేదు బుధకోటికి కొంగు పసిండి"

అన్నాడు సూటిగా — దానిలో ఇదే భావము. ఇంతకంటె తెలుగు జాతికి అందుబాటులో ఉన్న పలుకుబడి. అల్లసాని పదబంధాలకు ఆ గౌరవం రాదు.

దీనిని బట్టి చూస్తే "పదబంధాలన్నీ పలుకుబడులు కావు" అని అన వలసివస్తుంది. తర్క శాస్త్రంలో "All 'S' is 'P', but some 'P' is not 'S' – అన్నట్టు, పలుకుబడులన్నీ పద బంధాలైనప్పటికీ, పదబంధాలన్నీ పలుకుబడులు కావు. పద్మము పంకజము అయినా, పంకం (బురద) లో పుట్టినవన్నీ పద్మములు కావుకదా

"పెట్టనికోట నీకు హరి భీముడు నర్జునున్ విరాటుడున్
చుట్టపు మేరువు... ... ..."

అన్నాడు తిక్కన పెట్టని కోట చుట్టపు మేరువు రెండూ భావ స్ఫూర్తికల పదబంధాలే. కాని పెట్టనికోటకు వచ్చిన నుడికార గౌరవం, చుట్టపు మేరువుకు రాలేదు కదా.

తార్కాణ :

"పెట్టని కోటకాదె గజబృందము లెందును రాజధానికిన్" —

(విజయ విలాసం)

వజ్రకవచ మన్న పదబంధ ముంది కదా. పెద్దన్న — "నిజ భుజా శ్రితధారుణీ వజ్రకవచంబు" అన్నాడు. దీనినే విజయవిలాసకర్త, "హిత శిష్టవ్రాత సంతోషణ శ్రీవజ్రాంగి" అని ప్రయోగించాడు. వీటిలో నుడికార లక్షణాలున్నాయి కాని, పలుకుబడి గౌరవం వాటికి రాలేదు. అలా అనటానికి

తార్కాణ :

ఆనందాహరి మనుచరిత్రకు శ్రీ కోమాండూరి అనంతాచార్యులవారు టీకాతాత్పర్యాలు వ్రాసారు. శ్రీ తేవప్పెరు మాళ్లయ్యగారు పీఠిక వ్రాసారు. శ్రీ బులుసు వేంకట రమణయ్యగారు పరిష్కరించారు. వీరిలో చిన్న వారె వ్వరూ లేరు. ఆ వ్యాఖ్యానంలో, "నిజ భుజాశ్రిత ధారుణీ వజ్రకవచంబు" అంటే, "తనదైన బాహువును పొందిన భూమికి వజ్రమణులతో చేయబడిన కవచము వంటివాడు" అని వ్యాఖ్యానం వ్రాశారు. 'వజ్రకవచమును' పలుకు బడిగా వారు గ్రహించలేదు. కాబట్టే ముక్కకు ముక్క అర్థం చెప్పారు. కఠినాతి కఠినమైనది వజ్రము. కాబట్టి లోహకవచం కన్న వజ్రకవచం ఎక్కువగా రక్షిస్తుందని భావము. అందుచేత పై మాటలకు అర్థము, "చేతి కిందికి వచ్చిన దేశాన్ని బాగుగా రక్షించగలవాడు" అని చెప్పడం న్యాయం. అలా చెప్పక పోవడమే 'వజ్రకవచం' అన్న పదబంధము ప్రజా వ్యాప్తి పొంది పలుకుబడి కాలేదనడానికి నిదర్శనము. కాబట్టి పలుకుబడుల కోశాన్ని 'పదబంధ పారిజాతం' అనడం కొంచెము అతివ్యాప్తిపాల పడుతుందేమో.

వీటి ప్రయోజనం

సముచితమైన పలుకుబడుల ప్రయోగంవల్ల మన కవులు తమ కావ్యాలను రసవంతంగా చేసుకోగలిగారు. మనుచరిత్రలో, మనోరమ ఘట్టములో

"ఓయి దయావిహీనమతి ఊరక ఈ పసిబిడ్డ గొట్టగా
చేయెటులాడెనీకు? నిది చేసిన దేమి వృధా శపింతురే?
బోయవె, యాడుతోడునను బుట్టవె? శాపనిమిత్తమే తపం
బీ యెత్తనున్న శాంతిపరులే మనువారిక నీ చరిత్రికున్."

అన్న పద్యం ఉంది. నాగబెత్తము పట్టుకొని, మనోరమను కొట్టిన మునితో చెలికత్తె లంటున్నారు. దీనిలోని "పసిబిడ్డ" పలుకుబడి నాలుగైదేళ్ళ బిడ్డ అనికాదు. ఏమియు నెరుగనిది అని అర్థము చెప్పాలి. ఎందుచేతనంటే ఆ మనోరమను,

"తిమిరంపు వయసు గుబ్బల
కొమరాలవు నీకు దగిన గోవాళ్ల మహిన్
నెమకి నగరాదె ముదిసిన
మము జెనకిన నేమిగలదు మదమేమిటికిన్"

అని అనడానికి అవకాశం కలగాలి. దీనిలో "తిమిరంపు వయసు" ఎంత అందమైన నుడికారము! ఆ పద్యంలో "చే యెటులాడె నీకు" అన్నది కూడా నుడికారార్థములోనే. "మనస్సెలా ఒప్పిందీ" అన్న భావం.

"ఉద్రేకంబున రారు శస్త్రధరులై యుద్ధావనిన్ లేరు
చిద్రోహంబును నీకు సేయరు,రణోత్సేకంబునన్ పుత్రులన్
భద్రాకారుల పిన్నపాపల రణప్రౌఢ క్రియా హీనులన్
నిద్రావస్థుల సంహరింప నకటా నీ చేతు లెట్లాడెనో."

అని ద్రౌపది తన కొడుకులను ఘోరంగా చంపిన అశ్వత్థామతో అంటుంది. "నీ చేతు లెట్లాడెనో" అన్న పలుకుబడివల్ల, ఈ వాక్యాలలో ఒక ఆడుతనము కనిపిస్తుందనడానికి సందేహము లేదు

పలుకుబడులు జనసామాన్యంలో పుట్టి బ్రతకాలి కాబట్టి, అవి జనసామాన్యానికి అందుబాటులో ఉన్న విషయాల్ని గురించే ఉండాలి. అంతే

కాదు. జన సామాన్యం నోళ్ళకు వచ్చిన మాటలలోనే ఉండాలి. అందుచేతనే ఈ పలుకుబడులలో శరీరావయాలకు సంబంధించినవి. పశుపక్షులకు సంబంధించినవి, ప్రకృతి విషయాల గూర్చినవి, వ్యవసాయాది వృత్తులకు సంబంధించినవి, ఇలాంటి వనేకం ఉంటాయి. నగనట్ర, ఏండ్లుపూండ్లు వంటి జంట పదాలు ఉంటాయి. అందులో కొన్ని పదాలకి ప్రత్యేకంగా అర్థమే ఉండదు. నోరు చెయ్యడం, కాలు త్రొక్కడం లాంటి శబ్దపల్లవాలు అనేకం పలుకుబడులయినాయి. వీటిని గురించి మన పదబంధ పారిజాత సంపాదకులు పీఠికలో విపులంగా వ్రాసారు. ఇక్కడ పునరుక్తి ఎందుకు ?

పలుకుబడులు కొన్నింటిలో వ్యాకరణము, తర్కమూ కనబడదని మనవి చేసాను. చూడండి. "ఊరికి ఊరే తగులబడి పోయింది" అని అంటాం. అర్థం "ఊరు సంపూర్ణంగా" అని. ఈ 'కి' షష్ఠిని ఏ వ్యాకరణం కాపాడుతుందో తెలియదు.

"ఇంటికి నిల్లు గట్టుకొని యేగగవచ్చు మురారి వెంట; నా
ఇంటికి వచ్చి పూజగొని యేగుట నన్ను కృతార్థుచేత"

అని కళుత్స విజయం, దీనిలో పలుకుడి అనదగినది "ఇంటికి ఇల్లు" అన్నంతవరకే కాని, "ఇంటికి నిల్లుగట్టుకొని యేగు" అన్నంతవరకూ కాదు. ఇంటికి ఇల్లు అంటే ఇంటిలోని అందరూ, కట్టుకొని యేగుట అంటే కూడి జట్టుగా వెళ్లుట అనేగాని మరొకటి కాదు. ఇటువంటి సందర్భములలో "ఇంటిల పాది" అని కూడా అంటారు. ఈ "ఇలపాది" "వేలుపాది" అవుతుందేమో ! ఆలాగే అయితే ఈ రూపాన్ని పండితు లెలాగ సాధిస్తారో తెలియదు.

అర్థం చేసుకోవడం :

తరువాత, పలుకుబడులు జనసామాన్యంలో నుంచి కలిగినవి కాబట్టి వాటిని చక్కగా గ్రహించాలంటే మనకు ఆ జన సామాన్యంతో సంబంధముండాలి. లేకపోతే ముక్కకుముక్క అర్థమయినా చెప్తాము. లేదా తప్పు

అర్థమయినా చెప్తాము. అదే ఒక పండితుడూ పరిష్కర్తా అయితే అర్థంచేసుకో లేక ఆ పలుకుబడిని దిద్ది, రూపుకూడా మాపుతాడు.

"చెలువ నిను రాజకీరంబు చెట్టబట్టె
కలికి నిను రాజహంసంబు కాలుద్రొక్కె
మంచి శకునంబు; లిదిగొ ! నా మాట చూడు
కన్నె ఈ లోన పెండ్లి కాగలదు నీకు."

అని విజయ విలాసంలో పద్యం. త్రిదండివేషంలో ఉన్న అర్జునుడు, సుశ్రూష చేస్తూ ఉన్న సుభద్రతో అంటాడు. ఈ పద్యంతో మెల్లగా వివాహ ప్రసంగం మొదలు పెడతాడు. ఆ సమయంలో ఆమె

"కంగుల్ దీర్చిన పైఠి నీ రవికె చన్గట్టంటి రాజింపగా
చెంగల్వల్ నెరిగొప్పునందు నొరపై చెంతన్ గుబాళింపగా
బంగారందియ ముక్కునన్ గమిచిపై పైనంచ యెల్గింపగా
సింగారంబగు ముద్దుచిల్క తనకున్ చేదోడువాదోడుగాన్."

నిలబడ్డది. చేతిమీద ఒక చిలుక, కాలు త్రొక్కుతూ ఒక హంస ఉన్నవి. వాటి నాధారం చేసుకొని, రాజకీరంబు చేయిబట్టి ఉంది కాబట్టి రాజశ్రేష్ఠుడు నిన్ను చెట్టబట్టును (పాణిగ్రహణము) చేయును అనీ, రాజ హంసము కాలుత్రొక్కుతూ ఉంది కాబట్టి రాజశ్రేష్ఠుడు నిన్ను కాలుత్రొక్కును, (పెండ్లి చేసుకుంటాడు)" అని శకున ఫలం చెప్తా డర్జునుడు. దీనిలో "చెట్ట బట్టు" "కాలుతొ్రిక్కు" అన్న రెండు మాటలకు, "వివాహము చేసుకొను" అన్న అర్థమే ఉంది. అదే చేమకూరి వాని చమత్కారము శ్లేష :

ఆ సంగతి మన వ్యాఖ్యాతలకు తెలియలేదు. "కాలుత్రొక్కు" అంటే "కదియు (సమీపించు)" అన్న మరొక పలుకుబడి అర్థము పట్టుకున్నారు. శబ్దరత్నాకరములో ఈ అర్థమొక్కటే ఉంది. దానితో జేసిన వ్యాఖ్యానానికి సందర్భశుద్ధి ఎలావస్తుంది ? కొన్ని తెగల వివాహములలో భర్త చేత భార్య

కాలు తొక్కించడం ఆచారం. మంగళసూత్రధారణ జరిగినా, ఈలాగు కాలు తొక్కకున్నంత వరకు వివాహము పూర్తికాదు. ఈలోగా భర్తచని పోతే, ఆ పెళ్ళికూతురు విధవకాదు. కాలుత్రొక్కి కంకణం కట్టడం, కత్తికి కంకణం కట్టడం అని పెళ్లి పద్ధతులున్నాయి. ఈ విషయం తెలియకే, శ్రీనాథుడు వ్రాసిన పద్యాన్ని, దిద్దివేయడానికి కూడా, మన పండితులు, పరిష్కర్తలు సాహసించారు —

"అమరపతిన్ వరించెదవొ
హవ్యవహున్ చరణంబు ద్రొక్కెదో
శమనునిచెట్ట పట్టెదవొ
సాగరవల్లభు బెండ్లి యాడెదో."

అని దూతగా వచ్చిన నలుడు దమయంతితో అంటాడు. ఇది కూచిమంచి తిమ్మకవి తన సర్వలక్షణ సారసంగ్రహములో చూపిన పాఠము. శ్రీనాథుడి అభిప్రాయము ఈ నలుగురిలో ఎవరిని పెండ్లి చేసుకుంటావు అని. పెళ్ళి చేసుకోడానికి నాలుగు మాట లుపయోగించాడు; వరించెదవో, చరణంబు త్రొక్కెదో, చెట్టపట్టెదవో, పెండ్లియాడెదో. వీనిలో చరణంబు త్రొక్కెదో (కాలు తొక్కెదవో, పెండ్లి చేసుకొందువో) అన్న అర్థములో వాడాడు. కాలు త్రొక్కడం శుభక్రియాకలన, సప్తపదులుకావు. కాబట్టి వివాహార్థం చెప్పడానికి వ్యాఖ్యాతలకు వీలులేకపోయింది. అందుచేత "చరణంబు త్రొక్కెదో" అను దానిని "వరణం బొనర్చెదో" అని దిద్దారు మన పరిష్కర్తలు. ఈ దిద్దుబాటుతో శ్రీనాథుడికే పెళ్ళిచేశారు.

ఏకార్థము గల నాలుగు వేరువేరు పలుకుబడులు చెప్పడానికి శ్రీనాథుడు చేతగాని వాడయాడు. చేతనైతే ఒకచోట వరించెదవో అని క్రియారూపమును వాడి, యింకొకచోట దాని కృదంతరూపముతో వరణం బొనర్చెదో అని ప్రయోగిస్తాడా అనవలసి వస్తుంది. జనసామాన్య పరిచయం లేనందు వల్లనే ఇలా జరిగింది.

సారంగధర చరిత్రలో రాజనరేంద్రుడు, వేటకు బయలుదేరుతూ "దేగ పదునుగ'' భోజనం చేసినట్టు కవి వర్ణించాడు. ఆ దేగ పదును ఏమిటో తెలుసుకోలేక మనవారు చాల తికమకలు పడ్డారు — పడుతున్నారనే అనవచ్చునేమో! ఈ పద బంధము దేగవేట వారిలో నుంచి వచ్చినా ప్రజలలో వ్యాపించి పలుకుబడి అయి తంజావూరు రఘునాథరాయల ఆస్థానము లోనికి కూడా పోయింది. దేగను వేటకు తీసుకుపోయినప్పుడు దానికడుపునిండా మేతపెడితే అది భుక్తాయాసంతో కదలమన్నప్పుడు కదలదట. అలాఅని తిండి పెట్టకుండా తీసికొని వెడితే ఎగరమనకుండానే, చూచిన పిట్టనల్లా పట్టుకోడానికి ఉరుకుతుంటుందట. అందుచేత దానిని పదునుగా, అర్రాకలితోనే తీసుకుపోతారు. వ్యాయామం కోసం వెడుతూన్న రాజనరేంద్రుడు, దానికి తగినట్టు లఘుభోజనం చేశాడిని అర్థము.

అలాగే భటుల సంభాషణలలో "రేకమోయుట'' అన్న పలుకుబడి ఉంది. చేమకూరకవి స్త్రీముఖవర్ణన సందర్భంలో,

కన్నె నగుమోము తోడన్
పున్నమచందురుని సాటి పోలుప వచ్చున్
నెన్నుదురు తోడ మార్కొని
మున్నందరు జూడ రేకమోవక యున్నన్.

అని అన్నాడు. పద్యములో ఉన్న మార్కొని అన్న పదంవల్ల కవి అభిప్రాయంలో యుద్ధము ఉందని అనడానికి సందేహము లేదు. ఆ యుద్ధంలో మున్ను ఒకనాడు చంద్రుడికి అవమానమో, అపజయమో కలిగి ఉండాలి ఆ కారణంచేత ఈనాడు ఆ చంద్రుడు సాపంక్తి గౌరవం పొందడానికి అనర్హుడౌతాడు. ఇది కవి కల్పన. ఆ అవమానమో, అపజయమో తెల్పడానికి "రేకమోవక యున్నన్'' అని కవి ఉపయోగించాడు అతనికి ఆ భటుల పరిచయమూ, సంపర్కమూ ఉంది. తాను క్షత్రియధర్మములో ఉన్న వాడేకదా! దీనికి వ్యాఖ్యానము వ్రాస్తూ బ్రౌను దొరగారి ఆంధ్రవ్యాఖ్యాత

జూలూరు అప్పయ్య పండితుడు రేక మోవకయున్నన్ — హర్కారా పని చేయకుండా ఉండి ఉంటే అన్నట్టు అర్థం వ్రాశారు. ఆ అర్థాన్ని అంగీకరించే కీ. శే. వేదం వేంకటరాయశాస్త్రిగారు రేక మోయుపని తపాల నౌకరీ, చేయకుండి నట్టయితే అని వ్యాఖ్యానించారు. మార్కొనుట (యుద్ధము) లో కలుగదగిన అవమానము. తపాలానౌకరీ అవుతుందా అని వారు శంకించ లేదు. ఆ ప్రజలతో సంపర్కము లేకపోవడమే దీనికి కారణం.

ఆ కాలపు వాఙ్మయము కొంచం శ్రద్ధగా చూచి ఉండినా ఆ పలుకు బడికి యీలాటి అర్థం చెప్పడానికి సాహసించి ఉండరు - తారాశశాంక విజయంలో -

సుత్రామాదుల్ .... శశిమీదన్ రేక రా నిత్తుమే" అని

శేషం వేంకటపతి ప్రయోగం ఉంది. ఇక్కడ తపాలాపనికి తావేలేదు కదా! అంతదూరం కూడా పోనక్కరలేదు. విజయ విలాసంలోనే అర్జునుడు సుభద్రను తీసికొని ఇంద్రప్రస్థానికి పోతూంటాడు. బలభద్రునికి తెలియకుండా తీసికొని పోతున్నాడని అపోహపడి ఆ పురరక్షకుడు తన సైన్యంతో అర్జునుడ్ని ఎదిరిస్తాడు. సుభద్ర, "నేను రథము తోలుతాను, నీవు యుద్ధము చేయుమని" అర్జునుడ్ని ప్రోత్సహిస్తుంది. అలాగే అర్జునుడు వారిని తరిమి వేస్తాడు; తరువాత కావ్యంలోని వచనం :

యిత్తెరంగున జయాంగనా సంగమంబునన్ బొసంగియు, చెక్కు చెమర్పక అక్కురువీరుడు సారథ్య నిపుణత్వమునకు మెచ్చి అచ్చిగురుబోడి నవారిత ప్రేమాతిశయంబునన్ గౌంగిలించి, "యొక్కించుక రేక మోవని నా యురస్థ్సలంబున నీకుచకుంకుమ రేక లంటించి మీ వారికి నూడు దీర్చితివి" అని నవ్వుచు........

యీ విధంగా ఉంది. ఎందుచేతనో వెంకటరాయశాస్త్రిగారీ వచనానికి అర్థాలే వ్రాయలేదు. ఆ ఆలింగనములో సుభద్ర వక్షస్థలమున పూసుకొనిన సుగంధ కుంకుమములోని రేకలు (గీటులు) ఎర్రగా అర్జునుడి వక్షస్థలానికి

టుకొని, కత్తివల్ల కలిగిన గాయాలలాగ కనబడుతున్నాయని కదా అర్థం ుకోవాలి? తపాలానౌకరీ అనగలమా? హిర్కారా పని అనగలమా? ుభద్రుడి సైన్యము ఏకాకిగా ఉన్న అర్జునుడి నెదిరించి, చివరకు పారి యిందే కాని, ఆ అర్జునుడికి ఒక గంటుకూడ కలిగించలేక పోయిం న్న అపకీర్తి (సూడు) సుభద్ర బంధువులకు కలుగకుండా, కుచకుంకుమ కల నెపముతో సుభద్ర తన భర్తను రేకమోసే లాగ చేసింది అని ాత్పర్యము.

రేకమోయుట అనగా గంటు, గాయముపడుట. ఆ గాయమే మచ్చగా చంద్రుడిలో ఉందనీ, ఆ మచ్చలేకపోతే ఆమె నగుమోముతో పున్నమచంద్రుని పోల్చవచ్చుననీ చక్కనిధ్వని ఉంది కదా! ఈ రేక మోయుట ఆనాటి జన సామాన్యములోని నుడికారము. వారి సంపర్కము లేనందువల్లనే వ్యాఖ్యా తలలో ఇలాంటి అవకతవకలు.

పలుకుబడులూ శ్లేషలూ

మరొక్క విషయం. పలుకుబడి అంటే రెండు మూడు పదాలు కలిసి, ఆ పదాలన్నిటితో గాని, కొన్నిటితో గాని సంబంధములేని ఒక విశిష్టార్థా న్నిచ్చేది అని అనుకున్నాము. నాకుద్యోగం వస్తే వాడికెందుకురా కడుపు మంట అంటాము. ఇక్కడ కడుపుమంట నుడికారము. దీని అర్థము అసూయ- కాని కడుపు అన్నమాటకొక అర్థము ఉంది. మంటకు ఒక అర్థము ఉంది. అసూయ అన్నది ఈ రెంటితోనూ సంబంధంలేని అర్థం ఇలాంటి అవ కాశం ఉండడంవల్ల భాషలో ఒక చిత్రమైన విషయ మేర్పడుతుంది: పలుకు బడికి నుడికారార్థ మొకటి. స్వతస్సిద్ధంగా చెప్పగల అర్థమొకటి 'మొత్తం రెండర్థాలకు' వీలుంటుంది. అనగా శ్లేషకు మంచి అవకాశం కలుగుతుం దన్న మాట.

కొందరు కవులు కేవలం నుడికారార్థంతోనే సంతోషించి వ్రాస్తారు. పెద్దన్న కటికి చీకటిని వర్ణించిన పద్యంలో—

మృగనాభి పంకంబు మెయినిండ నలదిన
మాయాకిరాతు మైచాయ దెగడి,
నవఫించమయ భూషణలవధరించి నటించు
పంకజాక్షుని చెల్వు సుంకమడిగి
....
కటిక చీకటి రోదసి గహ్వరమున కలిసె.

అన్నాడు. తెగడి అంటే తిరస్కరించి, మించి అని అర్థము. ఆ అర్థములోనే సుంకమడిగి, కాకునేసి, అన్న పలుకుబడులను తక్కిన పాదాలలో ఉపయోగించాడు - వీటిని కేవల నుడికారార్థములోనే వాడాడనడానికి సందేహములేదు. ఏమంటే, దీనిలో సుంకం (పన్ను) నకు గాని, అడగడానికి గాని అర్థములేదు.

ప్రకట శ్రీహరి యంఘ్రిబుట్టి హరుమూర్ధం బెక్కి యా పాద మ
స్తకమున్ వర్ణన కెక్కు దేవి....—

అని చేమకూరవాడు గంగాభవానిని వర్ణించాడు. గంగానది త్రిజగములలోనూ ప్రవహిస్తూందని ఏ చోటనైనా అది పాపహారిణే నని వాడుక. అంటే సర్వత్రా - ఇక్కడా అక్కడా అనకుండా అంతటా - పావనమైనదనే ప్రఖ్యాతి. ఆపాదమస్తకము అన్న నుడికారానికి అదే అర్థము. దీనికి తోడు మరొక సొగసుకూడా ఉంచాడు కవి. గంగ విష్ణుమూర్తి పాదమున పుట్టిందట, ఈశ్వరుడి తల మీది కెక్కిందని చూపించాడు. ఆ (విష్ణు) పాదము మొదలు ఈ (ఈశ్వర) మస్తకం వరకూ అని చమత్కారం కనబరిచాడు. సహృదయులకు ఎంతో ఆనందము కలుగుతుందనడానికి సందేహముంటుందా ?

ఉలూచి అర్జునుడిని తన లోకానికి తీసుకొని పోతుంది.

"కాముకుడ గాక వ్రతినై
భూమి ప్రదక్షిణము సేయబోయెడు వానిన్

కామించి తోడితే దగ
వా మగువ వివేక మించుకైనఁ గా వలదా ?"

అని అర్జునుడు చిన్న నాటకమాడతాడు. "కాముకుడ గాక" అన్న టను ఖండిస్తూ ఉలూచి

నిను గీతి సాహితీ మో
హిన వాణులు చెవులుపట్టి యాడింపంగా
గనియుండి "కాముకుడగా"
నని పల్కిన నాకు నచ్చె కౌనే నృపాలా!

అంటుంది. నిన్ను సంగీతము, సాహిత్యమూ, అన్న ఇద్దరు కాంతలు వులు పట్టి యాడిస్తూ ఉండడం అనగా స్వాధీనునిగా చేసుకొని, చెప్పినట్లు ేయించుకోగలగడం చూచిన తరువాత నేను కాముకుడను కాను అంటే నమ్మతానా" అని దాని భావము. ఇక్కడ నుడికారార్థం ఉపయోగించాము. మంచి సంగీతము, చక్కని సాహిత్యము, చెవులు పట్టినందువల్ల (వినడం వల్ల) మెప్పుతోనో, ఆనందంతోనో తల ఆడించడం సహజం. అర్జునుడు అలాంటి సరసుడు. సంగీత సాహిత్య ప్రియుడు అని భావము. చమత్కా రంగా పలుకుబడి అర్థముతో, మరొక అర్థము కూడా అమర్చి కవి మనో హరంగా వ్రాసాడు.

ఇలాంటి దేవతలపై నెక్కించుకోవడం. నుడికారంగా చూస్తే దీని అర్థము ఎక్కుడుగా (తెలివి తక్కువగా గూడా) గౌరవించడము. సాధారణార్థం చూస్తే తలమీద పెట్టుకోవడం అవుతుంది. ఈ రెండర్థాలు జోడించి కవి.

తానైరింప కపర్దియుండ భవద్గర్భంబునన్ దాల్చితే
జ్యోసహ్యున్ శరజన్ముగాంచి యల నీహార క్షమాభృత్క్షమా
రీ సాపత్న్యముగన్న మోహపు పురంధ్రీరత్నమా దీవ కా
వే, సర్వజ్ఞుడు నిన్ను నేల తలపై నెక్కించుకో జాహ్నవీ!

అని గంగానదిని వర్ణించాడు. నీహారక్షమా భృత్కుమారీ (రాచకూతురు) అపర్ణ (తపస్విని) అయిన పార్వతి చేయలేని ఘనకార్యముచేసి, ఈశ్వరుడికి పుత్రప్రాప్తి కలిగించిన "మోహపు" కుటుంబిని అని గంగను ఈశ్వరుడు అపారమైన గౌరవంతో చూచాడని భావము. భార్యను తలపై నెక్కించుకోవడం కొంచెం తెలివి తక్కువ పనిగా భావిస్తాము. ఈశ్వరుడు అలా తెలివి తక్కువగా చేసి ఉండడు. సర్వజ్ఞుడు కాబట్టి చాలా సకారణంగా, సముచితంగానే తలమీద నెక్కించు కున్నాడు. ఈ సొగసుకు తోడు ఆ నుడికారంలోని మాటల్ని బట్టి నెత్తిమీద పెట్టుకున్నాడు అన్న అర్థం వస్తుంది కదా! అది కూడా నిజమే! ఈశ్వరుడు గంగాధరుడు. జటాజూటములో గంగ నిముడ్చుకున్నాడు. ఆహ్లాదకరమైన శ్లేష అనక తప్పదు.

చిత్తజు డల్గి తూపు మొనచేసిన చేయగ నిమ్ము, పై ధ్వజం
బెత్తిన నెత్తనిమ్ము, వచియించెద కల్గిన మాటగట్టిగా
నత్తరళాయతేక్షణ కటాక్షవిలాస రసప్రవాహముల్
కుత్తుకబంటి తామరలకున్ తలమున్కలు గండుమీలకున్.

అని ఆ కవే అన్నాడు. పద్యంనిండా పలుకుబడులే. పసందైన శ్లేష. మొన చేయుట కత్తి నూరుట లాంటిది. ధ్వజం బెత్తుట దండెత్తుట. రెండూ క్రోధ సూచనలే. కలిగిన మాట అంటే యథార్థము. కుత్తుకబంటి అంటే మిగుల ప్రమాదకరమైనది. తలమున్కలు అవమాన సూచన. తామరలకు ఈ (విలాసరస) ప్రవాహము కుత్తుకబంటి - మెడవరకు ఉంటుంది. అది కలిగిన మాట. ఆలాగే గండుమీలకు ఈ ప్రవాహము తలమున్కలుగానే ఉంటుంది. ఇదీ కలిగిన మాటే - మన్మథుడికి ఆ తామర బాణము. ఈ మీను ధ్వజము. ఈ కలగిన మాట - తన వస్తువులకు అవమానకరము అన్నమాట - అని చెప్పినందుకు మన్మథుడు తూపుమొనచేసి నా ధ్వజము ఎత్తి వచ్చినాసరే, అనక తప్పను అంటాడు కవి. తామర నెంత మొన చేసినా, మీను నెంత

ంత్తినా ఆ రస ప్రవాహము కుత్తుకబంటి, తలమున్కలు, తప్పించలేదు ని భావము.

ెన్న తారతమ్యం

కేవల నుడికారార్థముతో చెప్పిన పద్యానికి రెండర్థాలను చాక చక్యముతో జోడించి చెప్పిన పద్యానికి అర్థగౌరవంలో ఉండే తారతమ్యం చూపడానికి ఒక్క పద్యము "అమ్మకచెల్ల" అని ఆశ్చర్యార్థకమైన నుడికారం ఉంది. దీనిలో అమ్మడం, చెల్లడం రెండు విడివిడి అర్థాలున్నాయి. అల్లసాని పెద్దన్న వరివరాఖ్యుని వర్ణనలో -

> కమ్మని కుందనంబు కసుగందని మే, నెలతేటి దాటులన్
> బమ్మెర వోవదోలు తెగబారెడి వెండ్రుక, లించు బింబమున్
> కిమ్మన నీదు మోము, గిరి క్రేపులు మూపులు, కౌను గానరా
> దమ్మక చెల్ల, వాని వికచాంబకముల్ శత పత్ర జైత్రముల్.

అని ఒక పద్యం వ్రాసాడు. ఇక్కడ "అమ్మకచెల్ల" అంటే "ఓహోహో" అని ఆశ్చర్యాన్నే అర్థం చేసుకుంటాము. మరి విశేషం లేదు.

ఈ "అమ్మకచెల్ల"ను ఉపయోగిస్తూనే చేమకూర కవి ఒక పద్యం చెప్పాడు. అల్లసాని వాడిలాగనే తన పద్యం మొదటి చరణం "కమ్మని" అని ఆరంభించి చివరి చరణం "అమ్మకచెల్ల" అన్న పదంతోనే మొదలుపెట్టాడు. మూడు వంతులు మనుచరిత్ర పద్యాన్ని మనస్సులో పెట్టుకొనే తన పద్యం వ్రాసి ఉంటాడు. ప్రత్యేకంగా తన నేర్పు చూపించడానికే ఆలాగు చేశాడేమో అనిపిస్తుంది.

ఆ పద్యంలో ఉలూచి అర్జునుడ్నిగూర్చి తన భావాన్ని వ్యక్తచేస్తుంది.

> కమ్మని జాళువా నొరయ గల్గిన చెక్కుల చెక్కువాడు, చొ
> క్కమ్మగు జాతికెంపు వెలగాగొను మోవి మెరుంగువాడు, స

www.ingramcontent.com/pod-product-compliance
Lightning Source LLC
LaVergne TN
LVHW080005230825
819400LV00036B/1248